કોલઘા આદિમ જાતિનું અર્થશાસ્ત્રીય અધ્યયન
(વલસાડ જિલ્લાના ચીખલી અને ધરમપુર તાલુકાના સંદર્ભમાં)

કોલઘા આદિમ જાતિનું અર્થશાસ્ત્રીય અધ્યયન

(વલસાડ જિલ્લાના ચીખલી અને ધરમપુર તાલુકાના સંદર્ભમાં)

ડૉ. નરેશ સી. પટેલ
એસોસિયેટ પ્રોફેસર
અર્થશાસ્ત્ર વિભાગ
શ્રી કે.કે. આર્ટ્સ એન્ડ કોમર્સ કોલેજ, ધંધુકા.

Publish World
2013

First Printing: 2013

ISBN : 978-1-304-66664-2

Published by
Publish World
First Floor, 10, Toran Bungalows,
Near Nandbhumi, Anand – 388001
Gujarat (India)
http://www.publishworld.org

આભાર દર્શન

ગૂજરાત વિદ્યાપીઠ સંચાલિત મહાદેવ દેસાઈ સમાજસેવા મહાવિદ્યાલયમાં ચાલતા અનુંપારંગત(એમ.ફિલ.)ના અભ્યાસક્રમમાં અર્થશાસ્ત્ર વિષયને ધ્યાનમાં રાખીને વલસાડ જિલ્લાના ચીખલી અને ધરમપુર તાલુકાના અગાસી, રૂમલા, બીલપૂડી અને આસૂરા ગામને પસંદ કરી **"કોલઘા આદિમજાતિનું અર્થશાસ્ત્રીય અધ્યયન"** વિષય પર તપાસ નિબંધ રજૂ કરવાનું સપનું સાકાર થયું. હવે આ નિબંધને પુસ્તક સ્વરૂપે પ્રકાશિત કરી રહ્યો છું ત્યારે હું હર્ષની લાગણી અનુભવી રહ્યો છું.

આ તપાસ નિબંધમાં સતત જેનું માર્ગદર્શન મળતું રહ્યું હોય તેવા મારા માર્ગદર્શક પ્રાધ્યાપક કનૈયાલાલ નાયકનો હૃદયપૂર્વક આભાર વ્યક્ત કરતાં કૃતજ્ઞતાની લાગણી અનુભવું છું. અભ્યાસ અંગેની માહિતી એકત્રીકરણ સમયે ઉત્તરદાતાઓએ કિંમતી સમય આપી માહિતી પૂરી પાડી સાથ સહકાર આપ્યો તેમજ ગામની કેટલીક માહિતી માટે તલાટીશ્રી અને સરપંચશ્રી એ મદદ કરી તથા સાથે રહી ક્ષેત્ર કાર્યમાં મદદ કરનાર મિત્રો ઉપરાંત પરોક્ષ રીતે મદદરૂપ થઈ રહેલા મારા કુટુંબીજનોનો હાર્દિક આભાર માનું છું. તેમજ કોડિંગનું કાર્ય સરળ કરી આપી મદદરૂપ બનનાર ગુજરાત વિદ્યાપીઠના કોમ્પ્યુટર વિભાગના પ્રા. ધિરેનભાઈ તેમજ અર્થશાસ્ત્ર વિષયના પ્રા. નિમિષાબેન શુક્લનો આભારી છું.

ગૂજરાત વિદ્યાપીઠ અને અર્થશાસ્ત્ર વિભાગ દ્વારા મને આ કાર્ય કરવાની ઉમદા તક અને પ્રેરણા મળી તે બદલ ગૂજરાત વિદ્યાપીઠ અને અર્થશાસ્ત્ર વિભાગનો આભાર વ્યક્ત કરું છું.

ડૉ. નરેશ સી. પટેલ
એસોસિયેટ પ્રોફેસર
અર્થશાસ્ત્ર વિભાગ
શ્રી કે.કે. આર્ટસ એન્ડ કોમર્સ કોલેજ, ધંધુકા.

અનુક્રમણિકા

આભાર દર્શન

૧.	અભ્યાસની રૂપરેખા	૧ - ૧૨
૨.	અભ્યાસ ક્ષેત્રનો પરિચય	૧૩ - ૩૫
૩.	કોલઘાઓની કૌટુંબિક લાક્ષણિકતાઓ	૩૬ - ૫૨
૪.	કોલઘાનું કૃષિ અર્થતંત્ર	૫૩ - ૫૯
૫.	પશુપાલન અને ખેતમજૂરી	૬૦ - ૭૨
૬.	કોલઘાની આવક-વપરાશનું માળખું	૭૩ - ૯૨
૭.	નિષ્કર્ષ અને સૂચનો	૯૩ - ૯૯

સંદર્ભ સૂચિ

પરિશિષ્ટ

પ્રકરણ – ૧
અભ્યાસની રૂપરેખા

૧. પ્રસ્તાવના

૨. કોલઘા જાતિનો પરિચય

૩. સમસ્યા કથન

૪. વિષય પસંદગી

૫. અભ્યાસના ઉદ્દેશો

૬. ગામ અને કુટુંબની પસંદગી

૭. માહિતી એકત્રીકરણની રીત

૮. વર્ગીકરણ અને કોષ્ટક રચના

૯. અહેવાલ લેખન

૧. અભ્યાસની રૂપરેખા

૧. પ્રસ્તાવના

આફ્રિકાને બાદ કરતાં દુનિયામાં આદિવાસી લોકોની સૌથી વધારે વસ્તી ભારત દેશમાં છે. ૧૯૯૧ ની વસ્તી ગણતરી મુજબ ભારતની કુલ વસ્તી ૮૩ કરોડ ૮૫ લાખ છે. જેમાં અનુસૂચિત જનજાતિની વસ્તી ૬ કરોડ ૭૭ લાખ એટલે કે કુલ વસ્તીના ૮.૦૮ ટકા છે. રાજ્યવાર વસ્તીનું વિભાગીકરણ જોતા અનુસૂચિત જનજાતીઓ મુખ્યત્વે મધ્યપ્રદેશ, ઓરિસ્સા, મહારાષ્ટ્ર અને ગુજરાત માં વસવાટ કરે છે. આ ચાર રાજ્યોમાં દેશના ૭૦% આદિવાસીઓ વસવાટ કરે છે. મિઝોરમ, નાગાલેન્ડ, મેઘાલય, અરૂણાચલ પ્રદેશ આદિવાસી વર્ચસ્વવાળા રાજ્યો ગણાય છે. રાષ્ટ્રીય સરેરાશ (આઠ ટકા) કરતાં વધુ આદિવાસી વાળા રાજ્યો છે.

આદિવાસીની વસ્તી ગુજરાતમાં પંચમહાલ , સુરત, વલસાડ, વડોદરા અને ભરૂચ જીલ્લામાં કેન્દ્રિત થયેલ જોવા મળે છે. આ પાંચ જિલ્લામાં ગુજરાતની ૮૨ ટકા આદિવાસી વસ્તી છે. ૧૯૯૧ ના સેસન્સ મુજબ ગુજરાતની આદિવાસી વસ્તી ૬૧,૬૧,૭૭૫ જેટલી છે. એટલે કે કુલ વસ્તીમાં આદિવાસી ૧૪.૯૨ ટકા જોવા મળે છે.

સૈકાઓથી સામાજિક અન્યાય અને ગરીબીનો ભોગ બનેલો આદિવાસી સમાજ ગામડાં, જંગલો અને પહાડોમાં વસવાટ કરે છે. નિરક્ષરતા, નિર્ધનતા અને નિર્બળતાના કારણે આ લોકો ગરીબાઈના ચક્રમાં સપડાયા કરે છે. આદિવાસીઓના વિકાસ માટે ભુતકાળમાં ઘણા પ્રયત્નો કરવામાં આવ્યા છે. પરંતુ તેમાં પ્રગતિ થઈ નથી. ગુજરાતની આદિજાતી સમાજનો મોટો ભાગ દેશમાના બીજા આદિ જૂથો જેટલો અલગ પડી જતો નથી. છતાં, આદિવાસીઓ આર્થિક, સામાજિક અને શૈક્ષણિક રીતે બિન આદિવાસી સમુદાયોથી પાછળ રહ્યા છે.

રાજ્યનાં આદિજાતી જુથો વિકાસનાં જુદા જુદા તબક્કે છે. જેથી જુદા જુદા જુથો વચ્ચેનો ગાળો ઘટાડવાનું જરૂરી બન્યું છે. સ્વતંત્રતા બાદ આ જાતિઓનો વિકાસ થાય અને અન્ય સમુદાયો સાથે કદમ મિલાવી શકે તે માટે સરકારે વિકાસલક્ષી પ્રયત્નો હાથ ધર્યા છે. તેમા કઈક અંશે સફળતા-નિષ્ફળતાના પરિણામો જોવા મળે છે. આદિવાસીઓના વિકાસ માટે છઠ્ઠી પંચવર્ષિય યોજનામાં રાજ્યની પાંચ અલ્પ-અવસ્થામાં જીવન વ્યતીત કરતી કાથોડી, કોલઘા, પઢાર, કોટવાળીયા અને સીદી જાતિઓની આદિમ જૂથોમાં સમાવેશ કરવામાં આવેલ છે. આ પાંચેય જાતિ આર્થિક રીતે ઘણીજ પછાત છે. આ જાતિઓના આર્થિક વિકાસ માટેની યોજનાઓમાં કેન્દ્ર સરકાર દ્વારા ૯૦ ટકા સહાયની જોગવાઈ છે. ભારત સરકારે આવા જૂથો માટે ત્રણ માપદંડો અપનાવ્યા છે.

(૧) પૂર્વ ખેતી કરવાની ટેકનોલોજી

(૨) અક્ષરજ્ઞાનની અત્યંત નીચી કક્ષા

(૩) સ્થગિત વસ્તી

ગુજરાતની કુલ ૨૯ આદિવાસી જાતિઓ છે. જેમાં કાથોડી, કોલઘા, પઢાર, કોટવાળીયા અને સીદી જાતિઓના જૂથ ખૂબ જ નાના છે. જેને સરકારે આદિમ જૂથમાં સમાવેશ કરેલ છે. જેની વસ્તી કોઠા નં. ૧.૧ માં દર્શાવવામાં આવી છે.

કોષ્ટક નં. ૧.૧

ગુજરાતમાં આદિમ જાતિઓની વસ્તી સંખ્યા અને ટકામાં

જાતિ	ગ્રામ્ય	શહેરી	કુલ વસ્તી
કોલઘા	૬૧૨૨૧ (૯૮.૪)	૧૦૧૧ (૧.૬)	૬૨૨૩૨ (૧૦૦)
કોટવાળિયા	૧૬૧૨૮ (૯૦.૮)	૧૬૩૧ (૯.૨)	૧૭૭૫૯ (૧૦૦)

કાથોડી	૨૫૧૪ (૯૮.૭)	૩૨ (૧.૩)	૨૫૪૬ (૧૦૦)
પઢાર	૯૮૨૦ (૯૮.૮)	૭૬૭ (૭.૨)	૧૦૫૮૭ (૧૦૦)
સીદી	૩૨૫૧ (૫૯.૯)	૨૧૭૮ (૪૦.૧)	૫૪૨૯ (૧૦૦)

કોલઘા જાતિની વસ્તી ૬૨,૨૩૨ જેટલી છે અને જે ગરીબી રેખા નીચે છે. એનો મુખ્ય વ્યવસાય ખેત મજુરી છે. બીજા ધંધા કરતી છતાં બારે માસ પૂરતા પ્રમાણમાં ભોજન મેળવી શકતી નથી. કોલઘા જાતિ માટે સરકારને આદિવાસીને પેટા યોજનામાં જીવન ધોરણ ઉંચે લાવવા માટે વિકાસ યોજના હાથ ધરવામાં આવી છે. અને તેમાં કઈક અંશે હકારાત્મક પરિણામો મળ્યા છે.

૨. કોલઘા જાતિનો પરિચય

કોલઘા જાતિ મૂળ મહારાષ્ટ્રના ગાંગોડી બારીમાંથી દક્ષિણ ગુજરાતમાંથી ધરમપુર, ચીખલી, વાંસદા, પારડી, ગણદેવી ,વલસાડ, રોણવેલ વિસ્તારમાં વધારે પ્રમાણમાં જોવા મળે છે. ૧૯૯૧ની ગણતરી મુજબ ધરમપુર તાલુકામાં કોલઘાની વસ્તી ૧૮,૭૯૨ અને કુટુંબોની સંખ્યા ૪૩૩૩ અને ચીખલી તાલુકામાં ૩૪૮૯ ની વસ્તી હતી. કોલઘા જાતિનો વંશ – વારસાગત ધંધો ખેતમજુરી જ છે. થોડાક કુંટુંબો પાસે ખૂબજ નહીવત જમીન હોવાથી ખેતીનો વ્યવસાય પણ છે. અન્ય ધંધામાં પશુપાલન મુખ્ય છે. એમની થોડી ઘણી જમીન હોય છે. જેમાં તેઓ ચોમાસા દરમ્યાન ખેતી કરે છે. આ જમીન જંગલ ખાતા દ્વારા કોલઘા જાતિના આગળ પડતા કુંટુંબોને જ આપવામાં આવી છે. મૂડી સાધનો ન હોવાના કારણે પરંપરાગત અથવા રૂઢિગત પધ્ધતિએ ખેતી કરે છે. સાથે સાથે પશુપાલનમાં મરઘા, બતકા, ગાય , બકરા પુરક વ્યવસાય તરીકે પાળે છે. આર્થિક સ્થિતી નબળી હોવાના કારણે દુધાળા ઢોર ઉછેરતા નથી.

સરકાર દ્વારા લાભ મળે તો ઢોર ખરીદે છે. પરંતુ, સામાન્યતઃ કોલઘાને મળતા લાભો કોલઘાને બદલે ધોળિયા કે કુકણાં લેતા જોવા મળે છે.

૩. સમસ્યા કથન

(૧) શિક્ષણનો અભાવ

પછાત વર્ગમાં કલ્યાણ અંગેની યોજનામાં સફળતા મેળવવી હોય તો શિક્ષણ એક અનિવાર્ય પરીબળ છે. જુદી જુદી પંચવર્ષીય યોજનામાં શિક્ષણ સમાજના નાનામાં નાના વર્ગો સુધી પહોંચે તે માટે જુદી જુદી ભલામણો કરવામાં આવી છે. છતાં આદિજાતિઓ કે જે ડુંગરાળ વિસ્તારમાં રહે છે. તેવી જાતિઓને શિક્ષણનો પૂરેપુરો લાભ જોવા મળતો નથી.

(૨) ધિરાણની મુશ્કેલી

શાહુકારી ધિરાણ પ્રથાને લીધે આદિવાસી ખેડૂતોનું શોષણ થયું છે. તેને પરિણામે પોતાની જમીનને ગુમાવી બેઠા છે. અથવા જમીનની માલિકી પોતાની હોવા છતાં શાહુકારો માટે જ ખેતી કરતા હોય તેવું જોવા મળ્યું છે.

(૩) ધિરાણની વસુલાતની સમસ્યા

કોલઘા જાતિ દ્વારા મેળવવામાં આવતું ધિરાણ બિન ઉત્પાદક કાર્યમાં વપરાય છે. આથી, દેવાની વસુલાત રોકડ રકમ નહી, પણ જમીનમાં પાક લઈને કરવામાં આવે છે.

(૪) સરકાર આ જાતિના વિકાસ માટે જુદી જુદી યોજનાઓ દ્વારા આર્થિક સહાય આપવાના કાર્ય કરે છે. પરંતુ આ યોજનાનો લાભ પછાત ગણાતી વસ્તીને (આદિમ જૂથને) જે મળવો જોઈએ તે મળતો નથી. અને એનો લાભ સમાજનો ઉપલો વર્ગ લે છે.

૪. વિષય પસંદગી :

ગુજરાતમાં કોળી નામધારી અનેક અલગ અલગ જુથો છે. આવા જુથો ગુજરાત સિવાય મહારાષ્ટ્ર, ઓરિસ્સા વગેરે અનેક રાજ્યોમાં પણ છે. છતાં,

ગુજરાતમાં આવા જૂથોનું પ્રમાણ સવિશેષ જોવા મળે છે. તેમની વસ્તી સમગ્ર ગુજરાતમાં દરેક જિલ્લામાં જોવા મળે છે. ગુજરાત પ્રાદેશિક વિવિધતા ધરાવતો તેમજ અનેકવિધ સંસ્કૃતિઓ ધરાવતા સરહદીય પ્રદેશોથી જોડાયેલ છે. દરેક જિલ્લાની આગવી વિશેષતાઓ અને સંસ્કૃતિની હલક ઉઠેલી દેખાય છે. ઉત્તર-મધ્ય-દક્ષિણ-સૌરાષ્ટ્ર-કચ્છ એમ અલગ અલગ ભૌગોલિક સંસ્કૃતિ ધરાવતા ગુજરાતમાં અનેક જુથો વસવાટ કરે છે. જેને પરિણામે જ્ઞાતિ વ્યવસ્થાના માળખામાંથી કેટલાક જૂથો અનુસૂચિત જનજાતિ તરીકે ઓળખાય છે. અને તેમાય કેટલાક જૂથો સામાજિક અને આર્થિક દ્રષ્ટિએ ઘણાંજ પછાત છે. રાજ્યની પાંચ જાતિ જેવીકે કાથોડી, કોલઘા, પઢાર, કોટવાળીયા અને સીદી જાતિઓની આદિમ જૂથોમાં કાથોડી, કોલઘા, પઢાર, કોટવાળીયા અને સીદી જાતિ આર્થિક રીતે ઘણી જ પછાત હોવાથી કેન્દ્ર સરકાર દ્વારા **“આદિમ જૂથ”** માં ગણવામાં આવી છે. રાજ્ય સરકારના વિકાસ એકમો તેમજ કેન્દ્ર સરકાર દ્વારા અગાઉના વર્ષોમાં કેટલીક ખાસ યોજનાઓ આ જાતિ માટે અમલી બનાવાય હોવા છતાં વધુ પ્રગતિ સાધી સકાઈ નથી, કે કોઈ નક્કર પરિણામો પ્રાપ્ત કરી શકાયા નથી. એ માટેના કારણો જાણવા, તેમના પ્રશ્નો અને આર્થિક –સામાજિક પાસાઓનો અભ્યાસ કરવા આદિમ જૂથમાં આવતી સૌથી પછાત ગણાતી **“ કોલઘા ”** જાતિનું આર્થિક જીવનનો અભ્યાસ કરવાનું પસંદ કર્યું.

૫. અભ્યાસના ઉદ્દેશો

૧.કોલઘા જાતિનો ઈતિહાસ જાણવો.

૨.કોલઘા આદિમ જાતિની વસ્તી વિષયક લાક્ષણિકતા અને ફેરફારો સમજવા .

૩.કોલઘા કુટુંબોની અસ્ક્યામતોનું વિશ્લેષણ કરવુ.

૪.વ્યવસાય –રોજગારી – આવક વચ્ચેના સંબધો સમજવા.

૫.વપરાશી તરાહનું પૃથ્થકરણ કરવું

૬.કોલઘાના વિકાસ માટેની સરકારી યોજનાઓથી મળેલ લાભનું વિશ્લેષણ કરવું.

૬. અભ્યાસનો વિસ્તાર

૧૯૯૧ ના વર્ષ દરમ્યાન ગુજરાતની કુલ વસ્તી ૪ કરોડ અને ૧૩ લાખ છે. જેમાં ૬૨ લાખ (૧૫ ટકા) આદિવાસી છે. દર પાંચ ગુજરાતીઓમાં એક આદિવાસી હોય છે અને તેમાંય આદિમ જૂથમાં ગણાતી કોલઘા જાતિની વસ્તી ૬૨,૨૩૨ જેટલી છે. કોલઘા જાતિની સૌથી વધુ વસ્તી ગુજરાતમાં છે. ગુજરાતના વલસાડ જીલ્લામાં કોલઘાની વસ્તી વધારે છે.

અભ્યાસના ઉદ્દેશોને કેન્દ્રમાં લઈ સંશોધન ક્ષેત્રનો વિસ્તાર વલસાડ જિલ્લાના ચીખલી અને ધરમપુર તાલુકા પૂરતો મર્યાદીત રાખ્યો છે. ચીખલી તાલુકાના અગાસી અને રૂમલા ગામ અને ધરમપુર તાલુકાના બીલપુડી અને આસુરા ગામને ધ્યાનમાં રાખી આ અભ્યાસ પ્રાથમીક અને ગૌણ માહિતીને આધારે રજૂ કર્યો.

- **ગુજરાતમાં વલસાડ જિલ્લાની પસંદગી**

આદિવાસીઓની વસ્તી ખાસ કરીને પંચમહાલ, સુરત, વલસાડ અને વડોદરામાં કેન્દ્રીત થયેલી છે. અલબત્ત, આદિવાસીઓમાં પણ કોલઘા જાતિનું વર્ચસ્વ ધરાવતા આ ચાર જિલ્લાઓ છે. જેમાં ૧૯૮૧ ના સેન્સસ મુજબ ગુજરાતના અન્ય જિલ્લાની સરખામણીએ વલસાડ જિલ્લામાં કોલઘાની વસ્તીનું ટકાવારી પ્રમાણ વધુ રહ્યું છે.

કોષ્ટક નં. ૧.૨

આદિવાસીઓમાં કોલઘા વસ્તી ૧૯૮૧

જિલ્લો	કુલ આદિવાસી વસ્તી	આદિવાસીઓમાં કોલઘાની વસ્તી	આદિવાસીમાં કોલઘા વસ્તી (ટકામાં)
પંચમહાલ	૧૩,૯૫,૧૦૦	૨૪,૭૮૨	૧.૭૮
વલસાડ	૧૧,૮૧,૪૦૦	૨૧,૮૨૧	૧.૮૫
વડોદરા	૮,૨૧,૭૦૦	૧૦,૮૫૬	૧.૩૨
સુરત	૧૨,૨૫,૧૦૦	૩,૫૪૯	૦.૨૯

પ્રાપ્તિ સ્થાન : સ્પેશીયલ ટેબલ્સ ફોર શિડ્યૂલ ટ્રાઈબ, ડિરેક્ટર ઓફ સેસન્સ ઓપરેશન,ગુજરાત-૧૯૮૧

નોંધ : ૧૯૯૧ ની જાતિવાર માહિતી મળતી નથી જેથી ૧૯૮૧ ની માહિતી લેવામાં આવી છે.

- **વલસાડ જિલ્લાના ચીખલી અને ધરમપુર તાલુકાની પસંદગી**

અભ્યાસ ક્ષેત્રે પસંદ કરેલ તાલુકામાં ચીખલી અને ધરમપુર તાલુકો વલસાડ જિલ્લાની ઉત્તર અને દક્ષિણ ભાગમાં આવેલ છે. આઈ.જી.પટેલે ૧૯૮૪ ના વર્ષમાં પછાત વિસ્તારોમાં વિકાસ માટેની સમિતીનો અહેવાલ રજૂ કર્યો. આ અહેવાલમાં આર્થિક પછાતપણા પ્રત્યેના અભિગમો, પછાત વિસ્તારો મુકરર કરવા : પધ્ધતિ વિજ્ઞાન અને પૃથ્થકરણ, પછાત વિસ્તારોના વિકાસ માટેની ભલામણો, સમિતીએ મુકરર કરેલા ૫૬ તાલુકાની યાદી વગેરે બાબતો રજુ કરવામાં આવી છે. આ રીપોર્ટના આધારે કોલઘા જાતીની સૌથી વધુ વસ્તી ધરાવતા ધરમપુર તાલુકાને પછાત ગણવામાં આવે છે. જ્યારે ચીખલી તાલુકાને વલસાડ જિલ્લાના બીજા તાલુકાની સાપેક્ષમાં વિકસીત ગણવામાં આવેલ છે. આમ, પછાત તાલુકા તરીકે ધરમપુર અને વિકસીત તાલુકા તરીકે ચીખલી તાલુકાની પસંદગી કરેલ છે.

કોષ્ટક નં. ૧.૩

તાલુકાવાર કોલઘા વસ્તી ૧૯૮૧

તાલુકાનું નામ	કુલ વસ્તી			કુલ વસ્તી (ટકામાં)
	પુરૂષ	સ્ત્રી	કુલ	
ધરમપુર	૯૫૨૦	૯૨૭૨	૧૮૭૯૨	૬૩.૩
વાંસદા	૨૮૯૧	૨૭૫૯	૫૬૫૦	૧૯.૦
ચીખલી	૧૮૬૪	૧૬૨૫	૩૪૮૯	૧૧.૮
વલસાડ	૫૫૫	૫૧૨	૧૦૬૭	૩.૬
ગણદેવી	૨૭૮	૨૭૦	૫૪૮	૧.૮
પારડી	૭૦	૭૩	૧૪૩	૦.૫
કુલ	૧૫,૧૭૮	૧૪,૫૧૧	૨૯,૬૮૯	૧૦૦.૦

પ્રાપ્તિ સ્થાન :- આદિમ જુથની વસ્તી દર્શાવતું પત્રક , વાંસદા પ્રયોજના કચેરી, વર્ષ ૧૯૯૪-૯૫

૭. ગામ અને કુંટુંબોની પસંદગી

પ્રાથમીક માહિતી મેળવવા પસંદ કરેલ ગામોના કોલઘા જાતિના તમામ કુંટુંબોનો સંપર્ક કરી વ્યવસાયની તથા જમીન ધારણની વિગતો મેળવી તેને આધારે વ્યવસાયિક વર્ગીકરણ કર્યું

(૧) **ખેડુત**
(૨) **ખેતમજુર**
(૩) **પશુપાલક**
(૪) **નોકરી**
(૫) **કારીગર / ધંધો**

કુલ કુંટુંબો માથી વ્યવસાય પ્રમાણે પસંદ કરેલ કુંટુંબોની સંખ્યા કોષ્ટક નં. ૧.૪ માં રજુ કરી છે.

કોષ્ટક નં. ૧.૪
વ્યવસાય પ્રમાણે પસંદ કરેલ ગામોમાંથી પસંદ કરેલ કુંટુંબોની સંખ્યા

	ચીખલી				ધરમપુર					
	અગાસી		રુંમલા		બિલપુડી		આસુરા		કુલ	
	કુલ કુંટુંબો	પસંદ કરેલ કુંટુંબો	કુલ કુંટુંબો	પસંદ કરેલ કુંટુંબો	કુલ કુંટુંબો	પસંદ કરેલ કુંટુંબો	કુલ કુંટુંબો	પસંદ કરેલ કુંટુંબ ો	કુલ કુંટુંબો	પસંદ કરેલ કુંટુંબો
ખેડૂત	૦૪	૦૧	૦૩	૦૧	૪	૧૩	૦૩	૦૧	૫૦	૧૬
ખેતમજુર	૪૫	૧૫	૩૦	૧૦	૧૫૧	૫૦	૬૧	૨૦	૨૮૭	૯૫
પશુપાલક	૦૪	૦૧	૦૩	૦૧	૦૩	૦૧	-	-	૧૦	૦૩
નોકરી	૦૬	૦૨	૦૩	૦૧	-	-	-	-	૦૯	૦૩
કારીગર	૦૩	૦૩	-	-	૦૬	-	-	-	૦૯	૦૩
કુલ	૬૨	૨૦	૩૯	૧૩	૨૦૦	૬૪	૬૪	૨૧	૩૬૫	૧૨૦

નોધ :- ખેતમજૂરીમાં છુટક મજૂરીનો પણ સમાવેશ થયેલ છે.

ઉપરોક્ત કોષ્ટકમાં યદચ્છ નિદર્શન પધ્ધતિનો ઉપયોગ કરી કુલ કુંટુંબો માંથી ૩૩% કુંટુંબો એટલે કે ૧૨૦ કુંટુંબો પસંદ કર્યા જેમાં ખેતમજૂરીનો વ્યવસાય કરતા કુંટુંબોની સંખ્યા સૌથી વધારે છે. કુંટુંબની પસંદગી ૩:૧ પ્રમાણે કરવામાં આવી છે.

૮. માહિતી એકત્રીકરણની રીત

માહિતી એકત્રીકરણની રીતમાં પ્રાથમીક માહિતી અને ગૌણ માહિતીનો સમાવેશ થાય છે.

(અ) ગૌણ માહિતી

સંશોધક પોતે બીજી કોઈ સંસ્થા કે વ્યક્તિઓએ મેળવેલી માહિતીનો ઉપયોગ તેના અભ્યાસ માટે કરે તો તે માહિતી સંશોધક માટે ગૌણ માહિતી બની જાય છે.

આ અભ્યાસમાં સંસ્થાઓ દ્વારા પ્રકાશિત અહેવાલો, વસ્તી-ગણતરી અહેવાલો અને સરકારી દફતર વગેરે નો ઉપયોગ થાય છે.

૧૯૯૧ સેન્સસની આદિવાસી જાતિવાર પ્રકાશનો હજુ સુધી પ્રકાશિત થયા નથી. જેથી આ વિગતો ૧૯૮૧ ની લેવામાં આવી છે. ગૌણ માહિતી મેળવવા નીચે દર્શાવેલ સંદર્ભ સાહિત્યનો ઉપયોગ કર્યો છે.

૧. સ્પેશીયલ ટેબલ્સ ફોર શિડ્યુઅલ ટ્રાઈબ, ડિરેક્ટર ઓફ સેસન્સ ઓપરેશન ગુજરાત, ૧૯૮૧

૨. વલસાડ જિલ્લાની આંકડાકીય રૂપરેખા ૧૯૯૩-૯૪

૩. આદિવાસી ગુજરાત, આદિવાસી સંશોધન અને તાલિમ કેન્દ્ર, ગુજરાત વિદ્યાપીઠ અમદાવાદ, ૧૯૯૫

૪. આદિવાસીઓની પલટાતી આર્થિક સ્થિતીનો અભ્યાસ ડો. મુસ્તાઅલી મસવી, ગુજરાત વિદ્યાપીઠ અમદાવાદ વર્ષઃ માર્ચ ૧૯૯૫

૫. આદિમ જૂથની વસ્તી દર્શાવતુ પત્રક "વાંસદા પ્રયોજના "વર્ષ ૧૯૯૪-૯૫

૬. ગ્રામ પત્રક નમુનો ૮ અ, પસંદ કરેલ ગામોની ગ્રામ પંચાયતો.

(બ) પ્રાથમિક માહિતી

વ્યક્તિએ પ્રત્યક્ષ મેળવેલી માહિતી પ્રાથમિક માહિતી કહે છે. જેમાં નીચેની બાબતોનો સમાવેશ થાય છે.

(૧) પ્રશ્નાવલી :

વિષય વસ્તુને લગતા પ્રશ્નો તૈયાર કરી તેની પ્રત્રિકા બનાવવાની હોય છે. પ્રશ્નાવલી દ્વારા તેમની અસ્ક્યામતો, વિવિધ ક્ષેત્રો માંથી મળતી રોજગારી, આવક- વપરાશ અને સરકાર દ્વારા આપવામાં આવે છે. યોજનાઓના લાભ અંગેની માહિતી એકત્રિત કરવામાં આવી.

(૨) મુલાકાત :

પસંદ કરેલ કુંટુંબોની પ્રત્યક્ષ મુલાકાત લઈ ને જવાબો મેળવ્યા છે. અભ્યાસ વિષય વસ્તુ સાથે સંકળાયેલી બાબતોની જાણકારી મેળવવા ગામના તલાટી, ગામના સરપંચ શ્રીઓ, ગ્રામ સેવક પસંદ કરેલ જાતિના આગેવાનશ્રીઓ તથા ઉત્તરદાતાની મુલાકાત લીધી.

(૩) અવલોકન :-

અભ્યાસ ક્ષેત્રોનો તેમજ પસંદ કરેલા કુંટુંબોની આર્થિક સ્થિતીનો અભ્યાસ કરવા અવલોકનનો ઉપયોગ કર્યો છે.

દા.ત

પસંદ કરેલ કુંટુંબનું ઘર તથા ઘરવખરી જોતા તેની આર્થિક સ્થિતીનો અંદાજ કાઢી શકાય અને ઉત્તરદાતાના જવાબો અને વાસ્તવિક પરિસ્થિતીની ચકાસણી કરી શકાય.

૯. વર્ગીકરણ અને કોષ્ટક રચના

અર્થશાસ્ત્રમાં કોમ્પ્યુટરના વધતા જતાં મહત્વને જોતાં સંશોધનાર્થે મેળવેલ માહિતીના વિશ્લેષણ માટે કોમ્પ્યુટરનો ઉપયોગ કરવામાં આવ્યો. ડેટા-બેઝમાં માહિતી સંગ્રહ માટે ફાઈલ તૈયાર કરવામાં આવી. ત્યારબાદ એસ.પી.એસ.એસના પેકેજની મદદ વડે સંહસંબધ તથા નિયત સંબંધ શોધવામાં આવ્યા છે. જેના આધારે પરિકલ્પનાનો સ્વીકાર કરવો કે નહીં તે અંગેના તારણો પ્રાપ્ત થઈ શકે.

૧૦. અહેવાલ લેખન :-

પ્રકરણ ૧. અભ્યાસની રૂપરેખા

પ્રકરણ ૨. અભ્યાસ ક્ષેત્રનો પરિચય

પ્રકરણ ૩. કોલઘા કૌટુંબિક લાક્ષણિકતાઓ.

પ્રકરણ ૪. કોલઘાનું કૃષિ અર્થતંત્ર

પ્રકરણ ૫. પશુપાલન અને ખેતમજૂરી

પ્રકરણ ૬. કોલઘા આવક વપરાશનું માળખું

પ્રકરણ ૭. નિષ્કર્ષ અને સૂચનો

પ્રકરણ – ૨
અભ્યાસ ક્ષેત્રનો પરિચય

૧.   કોલઘાનો ઈતિહાસ

૨.   વલસાડ જિલ્લાનો પરિચય

૩.   ચીખલી તાલુકાનો પરિચય

૪.   ધરમપુર તાલુકાનો પરિચય

૫.   પસંદ કરેલા ગામોનો પરિચય

૨. અભ્યાસ ક્ષેત્રનો પરિચય

પ્રસ્તુત પ્રકરણમાં કોલઘાનો ઈતિહાસ, વલસાડ જિલ્લાનો પરિચય,,ચીખલી તાલુકાનો પરિચય, ધરમપુર તાલુકાનો પરિચય, પસંદ કરેલા ગામોનો પરિચય જેવી મહત્વની બાબતો પર અભ્યાસ કરવામાં આવ્યો છે.

૧. કોલઘા જાતિનો ઈતિહાસ

કોઈપણ કોમનું લોક જીવન ઘડવામાં વિવિધ પ્રકારના કુદરતી પરિબળો મુખ્યત્વે ભાગ ભજવે છે. કુદરતી પરિસ્થિતીના આઘાત- પ્રત્યાઘાતમાંથી વિશ્વની અનેક સંસ્કૃતિઓ પાંગરી છે, વિનાશ પામી છે. અને પરિવર્તન સ્વરૂપે ટકી પણ રહી છે. આવી ચિરંજીવી સંસ્કૃતિમાં ભારતીય સંસ્કૃતિ પણ ગણાવી શકાય એનું સમન્વયકારી વલણ એના ધોરણ-પોષણ અને વંશ વૃધ્ધિ માટે પ્રધાન બળ સમાન હતું. એટલે કોઈપણ કોમના લોક જીવન વિશે અભ્યાસ કરતાં એના ઉદ્ભવ વિશેની માહિતી મેળવવી અનિવાર્ય છે. કારણ કે વર્તમાન કાળમાં કોઈપણ સ્થળ વિશેષમાં વસવાટ, પ્રજાના સંસ્કારોમાં તેમના ભૂતકાળના પરીબળો બીજરૂપે પડેલા હોય છે. કોલઘા જાતિ વિશે કોઈપણ આધારભૂત સાહિત્ય મળતુ નથી. આમ છતાં તેઓની લાક્ષણિકતા વિશેની કેટલીક આંશિક માહિતી ૧૯૧૧ ના બોમ્બે રેસીડેન્સી જુના ગેઝેટીયરસ માંથી અને બીજા કેટલાક રીપોર્ટ માંથી મળી આવે છે.

" કોલઘા " જંગલો અને ડુંગરાળ વિસ્તારમાં જોવા મળે છે. તેમને આદિજાતિમાંથી એક પછાત જાતિ માનવામાં આવે છે. વાસ્તવમાં આ વસ્તીને મુળ વસવાટ ખાન દેશ કે મહારાષ્ટ્ર છે. આ પ્રદેશના કોલઘાની અવસ્થા મધ્યયુગના સામન્તશાહી દેશો જેવી જ હતી. તેઓ ખૂબ જ પરિશ્રમ કરનારી અને મહેનતુ જાતિ તરીકે ઓળખાતી. જમીનદારો કે માલીકો જે આપે તેમાથી સંતોષ માનતી કોલઘા નામ કેવી રીતે અસ્તિત્વમાં આવ્યુ, તે પણ તેઓ જાણતા નથી. કોલઘા, કોળચા, ઢોરકોળી અને ટોકરેકોળી તરીકે પણ ઓળખાય છે. કારણ તેના મૂળભૂત લક્ષણોમાં સમાનતા જોવા મળે છે. આ જાતિને આદિવાસીઓ પણ અસ્પૃશ્ય ગણવામાં આવે છે. ઢોરકોળી નામ અંગ્રેજી શબ્દ

(Cattle) પરથી આવ્યું, કે જે તેઓ ખાય છે. ટોકરેકોળી શબ્દ જે જુથો વાંસના ધંધા સાથે જોડાયેલા હતાં. જે વાંસ કામમાં " ટોકરા " બનાવતા હતાં. તે ટોકરે કોળી તરીકે જાણીતા થયા હતા.

આર.ઈ. ઈન્થોવેનના મત મુજબ આ જાતિ ખૂબ જ પછાત અને અસ્વચ્છ હોવા છતાં તેઓ ભંગીઓ સાથે જમતા નથી. અને ભંગીઓને સ્પર્શતા પણ નથી. જે જાતિનું મૂળ ખાનદેશ કે મહારાષ્ટ્ર છે. ૧૯૬૧ ના સેન્સસ પ્રમાણે ભૌગોલિક રીતે થાણા જિલ્લાના ૪૭ ગામડાઓ અને ત્રણ શહેરો પશ્ચિમ ખાનદેશના ૧૨૯ ગામડાઓ સુરત અને વલસાડ જિલ્લામાં વિલિન થઈ ગયા, જ્યાં સર્વેક્ષણ કરવામાં આવતાં એ સાબિત થયું કે, ત્યાં એકેય ગામડું એવુ ન હતું કે જ્યાં કોળઘા જાતિ વસતી ન હોય. કોળઘાનો વસવાટ ધોડીયા, કુકંણા, નાયકા, રાજપૂત, મુસ્લીમ વગેરે જાતિઓ સાથે ગામડાઓમાં છે. જુદા જુદા ગામડાઓમાં તેઓ દશ-બાર(૧૦-૧૨) કુટુંબોમાં કેટલાંક ચૌદ - પંદર (૧૪-૧૫) કુટુંબોમાં એટલે કે જુથમાં રહે છે. આ માટેનું મુખ્ય કારણ એ છે કે તેઓનો મુખ્ય વ્યવસાય ખેતમજૂરી પશુ ચરાવવાનું કામ મેળવવું મુશ્કેલ બની જાય છે. કેટલાક ગામડાઓમાં તેઓ તેમના ઝુંપડાઓ જમીનદારોની જમીન પર જ બાંધે છે. કે જ્યા તેઓ કામ કરે છે. સામાન્ય રીતે ગામડાઓમાં છુટું – છવાયું અથવા એક ખૂણે તેમનું રહેઠાણ હોય છે. જે કોલઘા વાસ તરીકે ઓળખાય છે. આમ છતાં જે ગામમાં તેમનો વસવાટ ઘનિષ્ટ છે. તેમના ઝુંપડાઓ છુંટા- છવાયા નહી પણ સાથે હોય છે. તેમના ઝુંપડાઓ માટીથી લીપેલ દિવાલોથી પેક કરેલ, છાપરૂ ઘાસથી ઢંકાયેલા હોય છે. મોટા ભાગના ઝુંપડાઓ ગોળાકાર હોય છે. જે **"કુબા"** તરીકે ઓળખાય છે. ઝુંપડાઓ માત્ર એક રૂમના હોય છે. બારીઓ હોતી નથી. દરવાજા વાંસના કામડા માંથી બનાવેલ હોય છે. સરકાર દ્વારા બાંધવામાં આવેલ કોલઘાના ઘર (છાપરાં) મેગ્લોરી નળીયાના બનાવેલ હોય છે. ઝુંપડાને નિર્માણ કરવા કુટુંબના બધા સભ્યો કાર્ય કરે છે. જે ઝુંપડાઓ સુવ્યવસ્થિત દેખાતા નથી. આમ, તેમનો વસવાટ જ તેમની દુઃખ દાયક સ્થિતીઓ અહેવાલ આપે છે.

➤ **અભ્યાસક્ષેત્રનો પરીચય**

કોલઘા આદિમ જાતિ ગુજરાત, મહારાષ્ટ્રમાં વસવાટ કરે છે. ગુજરાતમાં વલસાડ જિલ્લામાં તેની વસ્તી ટકાવારીની રીતે જોતાં વધારે છે. આ હેતુથી "વલસાડ જિલ્લાની કોલઘા જાતિની અર્થ વ્યવસ્થાનો અભ્યાસ " વિષય પસંદ કરેલ છે. સૌ પ્રથમ અભ્યાસ ક્ષેત્રની વસ્તી વિષયક લાક્ષણિકતાઓ જોઈશું.

૨. જિલ્લાનો પરિચય

ગુજરાતના કુલ ૨૫ જિલ્લાઓમાં એક જિલ્લો વલસાડ છે. વલસાડ એ જિલ્લાનું મુખ્ય મથક છે. દરિયા કિનારાની સપાટીથી ૯૦૦ મીટરની ઉંચાઈએ આવેલ છે. જે ગુજરાત રાજ્યના દક્ષિણ ભાગમાં આવેલો છે. તેની પૂર્વ સરહદે ડાંગ જિલ્લો, પશ્ચિમે અરબિ સમુદ્ર આવેલો છે. ઉત્તરે સુરત જિલ્લાની સરહદ અને દક્ષિણે મહારાષ્ટ્ર રાજ્યની સરહદ આવેલ છે. જિલ્લાનો કુલ વિસ્તાર ૫૨ ૪૪.૦ ચોરસ કિ.મી.નો છે. જિલ્લાની વસ્તીનું વર્ગીકરણ કોઠા નં. ૨.૧ માં રજૂ કરવામાં આવ્યું છે. જિલ્લાની વસ્તી વિષયક લાક્ષણિકતા રજૂ કરવાનું કારણ એ છે કે જિલ્લાના બીજા વસ્તી વિષયક ફેરફારો કરતાં કોલઘા જાતિના વસ્તી વિષયક ફેરફારો કેવા પ્રકારના છે. તે સમજી શકાય.

કોષ્ટક નં. ૨.૧

જિલ્લાની જાતિવાર વસ્તી

વર્ષ	૧૯૮૧	૧૯૯૧	દશકાનો વૃધ્ધિદર
પુરુષ	૮૯૫૩૧૩ ૫૦.૫	૧૧૧૦૬૩૨ ૫૧.૧	૨૪.૦૪
સ્ત્રી	૮૭૮૮૨૩ ૪૯.૫	૧૦૬૩૦૪૦ ૪૮.૯	૨૦.૯૬
કુલ વસ્તી	૧૭૭૪૧૩૬ ૧૦૦.૦	૩૧૭૩૬૭૨ ૧૦૦.૦	૨૨.૫૨

તારણ :

૧.   જિલ્લામાં ૧૯૮૧ ની સરખામાણી માં ૧૯૯૧ માં સ્ત્રી વસ્તીનું ટકાવારી પ્રમાણ ઘટ્યું છે.

૨.   પુરુષોની વસ્તી વૃધ્ધિદર કરતાં સ્ત્રી વસ્તી વૃધ્ધિદર ઘટ્યો છે.

૩.   ગુજરાત રાજ્યની ૧૯૮૧- ૯૧ ના દશકાનો વાર્ષિક વસ્તી વૃધ્ધિદર ૨૧.૧૯ ટકા હતો. જેની સરખામણીએ જિલ્લાનો વસ્તી વૃધ્ધિદર ૨૨.૫૨ ટકા છે.

કોષ્ટક નં. ૨.૨
જાતિવાર શહેરી વસ્તીનું પ્રમાણ

વસ્તી	૧૯૮૧	૧૯૯૧	દશકાનો વૃધ્ધિદર
પુરુષ શહેરી વસ્તી	૨૦૫૦૫૧ ૫૨.૭	૨૭૮૩૯૯ ૫૨.૩	૩૫.૭૭
સ્ત્રી શહેરી વસ્તી	૧૮૩૮૧૧ ૪૭.૩	૨૫૩૪૫૬ ૪૭.૭	૩૭.૮૯
કુલ શહેરી વસ્તી	૩૮૮૮૬૨ ૧૦૦.૦	૫૩૧૮૫૫ ૧૦૦.૦	૩૭.૭૭

તારણ:

૧.   જિલ્લામાં ૧૯૮૧ ની સરખામણીમાં ૧૯૯૧ માં પુરુષ શહેરી વસ્તીનું ટકાવારી પ્રમાણ ઘટ્યું છે. જ્યારે શહેરી વસ્તીનું ટકાવારી પ્રમાણ ઘટ્યું છે.

૨.   પુરુષ શહેરી વસ્તી વૃધ્ધિદર કરતાં સ્ત્રી વસ્તી વૃધ્ધિદર વધારે છે.

૩.   જિલ્લાનો સરેરાશ વસ્તી વૃધ્ધિદર ૨૨.૫૨ ટકાની સરખામણીએ શહેરી વસ્તી વૃધ્ધિદર વધારે છે.

કોષ્ટક નં. ૨.૩
જાતિવાર ગ્રામ્ય વસ્તીનું પ્રમાણ

	૧૯૮૧	૧૯૯૧	દશકાનો વૃધ્ધિદર
પુરુષ ગ્રામ્ય વસ્તી	૬૯૦૨૬૨ ૪૯.૮	૮૩૨૨૩૩ ૫૦.૭	૨૦.૫૭
સ્ત્રી ગ્રામ્ય વસ્તી	૬૯૫૦૧૨ ૫૦.૨	૮૦૯૫૮૪ ૪૯.૩	૧૬.૪૮
કુલ ગ્રામ્ય વસ્તી	૧૩૮૫૨૭૪ ૧૦૦.૦	૧૬૪૧૮૧૭	૧૮.૫૨

તારણ:

૧. જિલ્લામાં ૧૯૮૧ ની સરખામણીમાં ૧૯૯૧ માં પુરુષ ગ્રામ્ય વસ્તીની સરખામણીમાં સ્ત્રી ગ્રામ્ય વસ્તી નું ટકાવારી પ્રમાણ ઘટ્યું છે.

૨. શહેરી વસ્તી વૃધ્ધિદર (૩૬.૭૭ ટકા) ની સરખામણીએ ગ્રામ્ય વસ્તી વૃધ્ધિદર અડધો છે.

કોષ્ટક નં. ૨.૪
વસ્તીમાં ગ્રામ્ય અને શહેરી વસ્તી ટકામાં

	પુરુષ ગ્રામ્ય વસ્તી	સ્ત્રી ગ્રામ્ય વસ્તી	કુલ વસ્તી
૧૯૮૧	૭૮.૧	૨૧.૯	૧૭૭૪૧૩૬ ૧૦૦.૦
૧૯૯૧	૭૫.૧	૨૪.૫	૨૧૭૩૬૭૨ ૧૦૦.૦

તારણ:

જિલ્લામાં ૧૯૮૧ ની સરખામણીમાં ૧૯૯૧ માં ગ્રામ્ય વસ્તીનું ટકાવારી પ્રમાણ ઘટ્યું છે. ગ્રામ્ય વિસ્તારોમાંથી શહેરી વિસ્તારોમાં રોજગારી

અંગેના સ્થાળાંતરને પરિણામે શહેરી વસ્તીનું પ્રમાણ વધતુ જાય છે. ગુજરાત ઔધાગિક રાજ્ય હોવાના કારણે દેશની સરખામણીએ ગુજરાતમાં શહેરી વસ્તીનું પ્રમાણ વધારે છે. જો કે વલસાડ જિલ્લાનું વિકાસ માળખું સારું હોવાને કારણે તેનો વિકાસ ઝડપી બન્યો છે. જેના પરિણામ સ્વરૂપ શહેરી વસ્તીનું પ્રમાણ વધતુ જાય છે.

કોષ્ટક નં. ૨.૫

વસ્તીમાં ગ્રામ્ય અને શહેરી વસ્તી ટકામાં

વર્ષ	**પુરુષ**	**સ્ત્રી**	**કુલ**
૧૯૮૧	૫૦૧૬૧૮ ૫૬.૦	૩૩૧૬૨૦ ૩૭.૭	૮૩૩૨૩૮ ૪૭.૦
૧૯૯૧	૬૯૨૨૯૫ ૬૨.૩	૪૯૩૩૦૫ ૪૬.૪	૧૧૮૫૬૦૦ ૫૪.૫

તારણ :

જિલ્લામાં ૧૯૮૧ થી ૧૯૯૧ ના દાયકા દરમ્યાન શિક્ષિત વસ્તીનું પ્રમાણ વધવા પામ્યું છે. પુરુષ અને સ્ત્રી બંનેમાં શિક્ષણનું પ્રમાણ વધ્યું છે. પરંતુ પુરુષોની સાપેક્ષમાં સ્ત્રી શિક્ષણમાં ૨.૪ ટકાનો વધારો જોવા મળે છે.

૩. ચીખલી તાલુકાનો પરિચય

ચીખલી તાલુકાનો કુલ વિસ્તાર ૫૭૩.૦૪ ચોરસ કી.મી છે. ૧૯૯૧ ની વસ્તી ગણતરી મુજબ તાલુકાની કુલ વસ્તી ૨,૬૦,૭૮૭ ની છે. તેમાં અનુસુચિત જાતિ વસ્તી ૨.૮ ટકા છે. જ્યારે વસ્તીમાં આદિવાસીઓની વસ્તી ૨૬.૬ ટકા છે.

તાલુકાના કુલ ૮૭ ગામો છે. આ ગામો મુખ્ય આદિવાસી વસ્તી ધોડીયા, હળપતિ, વારલી, કોલઘા, અને કોટવાલીયા વસ્તી છે. તાલુકાનો ખેતી વિષયક ધિરણ મંડળી, દૂધ ઉત્પાદન મંડળી, સસ્તા અનાજની દુકાનો, પ્રાથમિક શાળાઓ, કોલેજ, હોસ્પિટલ વગેરે સુવિધાઓ છે. તાલુકામાં વાહનવ્યવહાર

અવરજવર માટે રસ્તાની સેવા ઉપલબ્ધ છે. રાષ્ટ્રીય ધોરી માર્ગ નં.૮ તાલુકામાંથી પસાર થાય છે.

કોષ્ટક નં. ૨.૬

ચીખલી તાલુકાની જાતિવાર વસ્તી

વર્ષ	૧૯૮૧	૧૯૯૧	દશકાનો વૃધ્ધિદર
પુરુષ	૧૦૫૩૪૦ ૪૯.૨	૧૩૧૪૯૫ ૫૦.૪	૨૪.૮૩
સ્ત્રી	૧૦૮૭૮૮ ૫૦.૮	૧૨૯૨૯૨ ૪૯.૬	૧૮.૮૫
કુલ વસ્તી	૨૧૪૧૨૮ ૧૦૦.૦	૨૬૦૭૮૭ ૧૦૦.૦	૨૧.૭૯

તારણ :

૧. તાલુકાની ૧૯૮૧ ની સરખામણીએ ૧૯૯૧માં પુરુષોનું ટકાવરી પ્રમાણ વધ્યુ છે. જ્યારે સ્ત્રી વસ્તીનું ટકાવારી પ્રમાણ ઘટ્યું છે.

૨. દશકાનો વસ્તી વૃધ્ધિદર સ્ત્રી કરતાં પુરુષોનો વધારે જોવા મળે છે.

કોષ્ટક નં. ૨.૭

ચીખલી તાલુકાની જાતિવાર શહેરી વસ્તી

વર્ષ	૧૯૮૧	૧૯૯૧	દશકાનો વૃધ્ધિદર
પુરુષ શહેરી વસ્તી	૩૦૪૩ ૫૧.૨	૯૧૯૩ ૫૦.૨	૨૦.૨
સ્ત્રી શહેરી વસ્તી	૨૯૦૫ ૪૮.૮	૮૮૭૬ ૪૯.૧	૨૦.૫

કુલ શહેરી વસ્તી	૫૯૪૮ ૧૦૦.૦	૧૮૦૬૯ ૧૦૦.૦	૨૦.૩

તારણ :

૧૯૮૧ ની સરખામણીએ ૧૯૯૧માં પુરુષો કરતાં સ્ત્રી શહેરી વસ્તીમાં વસ્તી વૃધ્ધિદર વધારે છે. અને પુરુષોનું શહેરી વસ્તીનું ટકાવારી પ્રમાણ ઘટ્યું છે. જ્યારે શહેરી વસ્તીનું ટકાવારી પ્રમાણ વધ્યું છે.

કોષ્ટક નં. ૨.૮

ચીખલી તાલુકાની જાતિવાર ગ્રામ્ય વસ્તી

વર્ષ	૧૯૮૧	૧૯૯૧	દશકાનો વૃધ્ધિદર
પુરુષ ગ્રામ્ય વસ્તી	૧૦૨૨૯૭ ૪૯.૧	૧૨૨૩૦૨ ૫૦.૪	૧૯.૫૫
સ્ત્રી ગ્રામ્ય વસ્તી	૧૦૫૮૮૩ ૫૦.૯	૧૨૦૪૧૬ ૪૯.૬	૧૩.૭૩
કુલ ગ્રામ્ય વસ્તી	૨૦૮૧૮૦ ૧૦૦.૦	૨૪૨૮૧૮ ૧૦૦.૦	૧૬.૬૪

તારણ :

૧. ૧૯૮૧ થી ૧૯૯૧ ના ગાળા દરમ્યાન પુરુષોની સરખામણીએ સ્ત્રી ગ્રામ્ય વસ્તીનું ટકાવારી પ્રમાણ ઘટ્યું છે.

૨. તાલુકાની ગ્રામ્ય વસ્તીમાં પુરુષ વસ્તીનું વૃધ્ધિદર આંક રહેવા ઉંચો રહેવા પામ્યો છે.

કોષ્ટક નં. ૨.૯

ચીખલી તાલુકાની જાતિવાર ગ્રામ્ય - શહેરી વસ્તી

વર્ષ	ગ્રામ્ય વસ્તી	શહેરી વસ્તી	કુલ વસ્તી
૧૯૮૧	૯૭.૨	૨.૮	૨૧૪૧૨૮ ૧૦૦.૦
૧૯૯૧	૯૩.૧	૬.૯	૨૬૦૭૮૭

તારણ :

૧૯૮૧ થી ૧૯૯૧ માં ગ્રામ્ય વસ્તીનું ટકાવારી પ્રમાણ ઘટ્યું છે. જ્યારે શહેરી વસ્તી નું ટકાવારી વધ્યુ છે. શહેરીકરણ તરફ લોકોનું આકર્ષણ રહ્યું છે.

કોષ્ટક નં. ૨.૧૦
ચીખલી તાલુકાનું શિક્ષણ

વર્ષ	ગ્રામ્ય વસ્તી	શહેરી વસ્તી	કુલ વસ્તી
૧૯૮૧	૫૦૬૯૬ ૪૮.૧	૪૦૨૮૫ ૩૭.૦	૯૦૯૮૧ ૪૨.૧
૧૯૯૧	૮૨૫૬૩ ૬૨.૮	૬૦૧૧૭ ૪૬.૫	૧૪૨૬૮૦ ૫૪.૭

તારણ :

૧. તાલુકામાં ૧૯૮૧ થી ૧૯૯૧ ના ગાળામાં પુરુષોમાં ૧૪.૭ ટકા વધારો થયો છે. એની સરખામણીમાં સ્ત્રીઓમાં ૯.૫ ટકા વધારો થયો છે. પુરુષોના શિક્ષણને વધુ મહત્વ આપવામાં આવે છે.

૨. શિક્ષિત વસ્તીના પ્રમાણમાં ૫.૬૮ ટકાનો વધારો થયો છે. જે શિક્ષણની સગવડતાના કારણે વધારો સુચવે છે.

૪. **ધરમપુર તાલુકાનો પરિચય**

ગુજરાતના આંઠ આદિવાસી જિલ્લાઓના ૩૩ તાલુકામાં વલસાડ જિલ્લાનો ધરમપુર તાલુકો સૌથી વધુ ગામો અને ક્ષેત્રફળ ધરાવતો તાલુકો છે. તાલુકાનો ભૌગોલીક વિસ્તાર ૧,૬૪,૪૮૪ હેક્ટર છે. ૧૯૯૧ ની વસ્તી ગણતરી પ્રમાણે ધરમપુર તાલુકોની કુલ વસ્તી ૩,૦૪,૨૦૬ છે. તે પૈકી ૨,૮૮,૬૨૮ ની આદિજાતિઓની વસ્તી છે. જેમાં આદિજાતિઓમાં વર્ગીકરણ પામેલ કોલઘા વરલી, કુકણા, અને ધોડિયા વગેરેની મુખ્યત્વે આદિજાતિ વસ્તી

આવેલી છે. તાલુકાના કુલ ૨૩૮ ગામો પૈકી ફક્ત ૪૭ ગામો સપાટ પ્રદેશમાં વસે છે. જ્યારે બાકીના ૧૯૧ ગામો ડુંગર, પહાડો દુર્ગમ વિસ્તારમાં આવેલા છે. તાલુકામાં પ્રાથમિક શાળા, કોલેજો દુધ ઉત્પાદનક મંડળી, હોસ્પીટલ વગેરે સુવિધાઓ છે. વાહનવ્યવહારની અવરજવર માટે રસ્તાની ઉપલબ્ધ છે.

કોષ્ટક નં. ૨.૧૧

ધરમપુર તાલુકાની જાતિવાર વસ્તી

વર્ષ	૧૯૮૧	૧૯૯૧	દશકાનો વૃધ્ધિદર
પુરુષ	૧૧૯૧૨૭ ૫૦.૨	૧૫૩૮૭૦ ૫૦.૬	૨૯.૧૬
સ્ત્રી	૧૧૭૯૪૬ ૪૯.૮	૧૫૦૩૩૬ ૪૯.૪	૨૭.૪૬
કુલ વસ્તી	૨૩૭૦૭૩ ૧૦૦.૦	૩૦૪૨૦૬ ૧૦૦.૦	૨૮.૩૧

તારણ :

૧. ૧૯૮૧ ની સરખામણીમાં ૧૯૯૧ માં સ્ત્રી વસ્તીનું ટકાવારી પ્રમાણ ઘટ્યું છે. જ્યારે પુરુષ વસ્તીનું ટકાવારી પ્રમાણ વધ્યું છે.

૨. સ્ત્રી વસ્તીની સરખામણીમાં પુરુષ વસ્તીના દાયકાનો વસ્તી વૃધ્ધિદર વધારે જોવા મળે છે.

કોષ્ટક નં. ૨.૧૨

ધરમપુર તાલુકાની જાતિવાર શહેરી વસ્તી

વર્ષ	૧૯૮૧	૧૯૯૧	દશકાનો વૃધ્ધિદર
પુરુષ	૭૧૯૧ ૫૦.૯	૮૫૫૩ ૫૧.૩	૧૮.૯૪
સ્ત્રી	૬૯૨૫ ૪૯.૧	૮૦૩૫ ૪૮.૪	૧૬.૦૩

કુલ વસ્તી	૧૪૧૧૬	૧૬૫૮૮	૧૭.૫૧
	૧૦૦.૦	૧૦૦.૦	

તારણ :

     ૧૯૮૧ ની શહેરી વસ્તીની સરખામણીએ ૧૯૯૧ માં પુરુષ શહેરી વસ્તીનું ટકાવારી પ્રમાણ વધ્યુ છે. જ્યારે સ્ત્રી શહેરી વસ્તીનું ટકાવારી પ્રમાણ ઘટ્યુ છે. રોજગારી માટે શહેરી તરફ સ્થળાંતર અને શહેરનો વિકાસ થતો હોવાથી શહેર તરફ નું આકર્ષક વધ્યું છે.

કોષ્ટક નં. ૨.૧૩

ધરમપુર તાલુકાની જાતિવાર શહેરી વસ્તી

વર્ષ	૧૯૮૧	૧૯૯૧	દશકાનો વૃધ્ધિદર
પુરુષ	૧૧૧૯૩૬	૧૪૫૩૧૬	૨૯.૮૨
	૫૦. ૨	૫૦. ૫	
સ્ત્રી	૧૧૧૦૨૧	૧૪૨૩૦૧	૨૮.૧૭
	૪૯.૦૮	૪૯.૫	
કુલ વસ્તી	૨૨૨૯૫૭	૨૮૭૬૧૮	૨૯.૦૦
	૧૦૦.૦	૧૦૦.૦	

તારણ :

     ૧૯૮૧ ની સરખામણીએ ૧૯૯૧ ની ગ્રામ્ય વસ્તીમાં પુરુષ વસ્તીનું ટકાવારી પ્રમાણ સ્ત્રી વસ્તીની સરખામણીમાં વધારે જોવા મળે છે.

કોષ્ટક નં. ૨.૧૪

ધરમપુર તાલુકાની જાતિવાર શહેરી વસ્તી

વર્ષ	ગ્રામ્ય વસ્તી	શહેરી વસ્તી	કુલ વસ્તી
૧૯૮૧	૯૪.૦	૬.૦	૨૩૭૦૭૩
			૧૦૦.૦

૧૯૯૧	૯૪.૫	૫.૫	૩૦૪૨૦૬ ૧00.0

તારણ :

તાલુકામાં ગ્રામ્ય વસ્તીમાં ૦.૫ ટકાનો વધારો થયેલ જોવા મળે છે. જ્યારે શહેરી વસ્તીમાં ૦.૫ ટકાનો ઘટાડો થયેલ જોવા મળેલ છે.

કોષ્ટક નં. ૨.૧૫

ચીખલી તાલુકાનું શિક્ષણ

વર્ષ	શિક્ષીત વસ્તી		
	પુરૂષ	સ્ત્રી	કુલ
૧૯૮૧	૧૭૫૪૯ ૧૪.૭૧	૬૪૨૧ ૫.૪	૨૩૯૭૦ ૧૦.૧
૧૯૯૧	૪૬૨૩૨ 30.0	૨૫૨૯૫ ૧૬.૮	૭૧૫૨૭ ૨૩.૫

તારણો :-

૧. તાલુકામાં ૧૯૮૧ થી ૧૯૯૧ના ગાળા દરમ્યાન પુરુષોમાં ૧૫.૦૩ ટકા અને સ્ત્રીઓમાં ૧૧.૦૪ ટકા શિક્ષણમાં વધારો થયેલો જોવા મળે છે.

૨. તાલુકામાં વાર્ષિક ૧૯.૮૪ ટકા શિક્ષિત વસ્તીમાં વધારો થયો છે.

૫. પસંદ કરેલ ગામોનો પરિચય

૧. અગાસી ગામ

આ ગામ વલસાડ જિલ્લામાં ચીખલી તાલુકામાં આવેલું છે. જે જિલ્લા મથકથી ૩૭ કી.મી. અને તાલુકા મથકથી ૨૦ કી. મી. દૂર આવેલું છે. ઉત્તર દિશાએ કણભઈ ગામ અને દક્ષિણે ધામધુમાં ગામ આવેલું છે. જ્યારે પૂર્વમાં ગોડથલ અને પશ્ચિમમાં રૂમલા ગામનો સિમાડો આવેલો છે.

ગામનું કુલ ક્ષેત્રફળ ૩૭૭,૧૨ હેક્ટરનું છે. જમીન કાળી અને ગોરાડું છે. જેમાં લોકો મુખ્યત્વે ડાંગર, જુવાર, નાગલી વર્ગના પાકો વિશેષ પ્રમાણમાં કરતા. પરંતુ આ બધા પાકોનું પ્રમાણ ઘટાડીને ખેડૂતો રોકડીયા પાકો તરફ વળ્યા છે. જેમાં શેરડી, તરબુચ, આંબાની કલમ તેમજ શાકભાજી અને બાગાયતી ખેતી કરતાં થયા છે. ગામના લોકોનો મુખ્ય ખોરાક ચોખા, જુવાર અને ઘઉં છે.

૨. રૂમલા ગામ

આ ગામ ગુજરાત રાજ્યના વલસાડ જિલ્લાના ચીખલી તાલુકામાં આવેલું છે. જે જિલ્લા મથકથી ૩૫ કી. મી. અને તાલુકા મથકથી ૧૮ કી.મી. દૂર આવેલુ છે. ગામની ઉત્તરે ઘોલાર ગામ અને દક્ષિણે પાણીખડક ગામ તેમજ પૂર્વમાં અગાસી અને પશ્ચિમમાં મોગરાવાડી ગામ આવેલુ છે.

ગામનું કુલ ક્ષેત્રફળ ૧૯૩૧,૮૧ હેક્ટરનું છે. જેમાં ૧૭૭૮,૩૫ હેક્ટર ખેતી કરવા માટે ઉપયોગમાં લેવાય છે. જમીન કાળી અને ગોરાળુ છે. જેમાં લોકો મુખ્યત્વે ડાંગર, જુવાર, નાગલી અને કઠોળ વર્ગના પાકો વિશેષ પ્રમાણમાં પકવતા હતા. પરંતુ આ પાકોનું પ્રમાણ ઘટાડીને રોકડીયા પાકો તરફ વળ્યા છે. ખોરાકમાં ડાંગર, જુવાર, અને ઘઉં ના રોટલા છે.

૩. બીલપુડી

બીલપુડી એટલે બીલ + પૂડી (વનસ્પતિ સૂચક)
બીલ શબ્દ બીલીના વૃક્ષ પરથી ઉતરી આવેલ છે. જ્યારે 'પૂડી' નાના વસવાટ સૂચક શબ્દ છે. શરુઆતમાં બીલીના વૃક્ષ નીચે આ ગામના લોકો વસતા હતા. આમ, બીલી ના વૃક્ષ પાસે વસેલું ગામ એટલે બીલપૂડી

બીલપૂડી ગામ ગુજરાત રાજ્યના ધરમપુર તાલુકામાં આવેલુ ગામ છે. તે જિલ્લા મથકથી ૩૨ કી.મી. દુર અને તાલુકા મથકથી ૩ કી.મી. દૂર આવેલુ છે. ઉત્તર દિશાએ જરિયા ગામ અને ઉત્તર દક્ષિણે માલનપાડા ગામ આવેલુ છે. જ્યારે પૂર્વેમાં ચીચોચોઝર અને ઉગતા ગામની નજીક સિમડો આવેલો છે. ગામના લોકો મુખ્યત્વે રોકડીયા પાક તરફ વળ્યા છે. જેમાં શેરડી, તરબુચ, આંબાની કલમનું વાવેતર તેમજ શાકભાજી અને બાગાયતી ખેતી કરતા થાય છે.

૪. આસુરાગામ

આસુરાગામનું નામ આસુરા નદી પરથી પડ્યું છે. આસુરા નદીનું નામ આસુ(માછલી પકડવાનું સાધન) નાખીને માછલી પકડવામાં આવતી જેથી નદીનું નામ આસુરા પડ્યું હતું 'આસુ' શબ્દ કોકણી ભાષાનો શબ્દ છે.

આસુરા ગામ ગુજરાત રાજ્યના વલસાડ જિલ્લામાં ધરમપુર તાલુકામાં આવેલુ છે. જે જિલ્લા મથકથી ૩૦ કી.મી. દૂર અને તાલુકા મથકે થી કી.મી. દૂર આવેલુ છે. ઉત્તરે ઢોલડુંગરી અને દક્ષિણે ધરમપુર તાલુકો તેમજ પૂર્વમાં કરંજવેરી અને પશ્ચિમે બામટી ગામ આવેલું છે. લોકો રોકડીયા પાકો તરફ વળ્યા છે. ગામના લોકોનો મુખ્ય ખોરાક ઘઉંના અને જુવાર, ચોખાના રોટલા અને ભાત છે.

➢ આબોહવા

પસંદ કરેલ ગામોમાં ચોમાસાની શરૂઆત જુન માસના ત્રીજા અઠવાડીયાથી થાય છે. જેથી શિયાળામાં ઠંડી અને ઉનાળામાં ગરમીનું પ્રમાણ હોય છે.

➢ પસંદ કરેલ ગામોની વસ્તી વિષયક , શૈક્ષણિક અને વ્યવસાયિક માહિતી

સંશોધન કાર્યમાં વસ્તી વિષયક અને શિક્ષણના પ્રમાણ અંગે માહિતીએ સંશોધનની લાક્ષણિકતા હોવાથી માહિતી મેળવવી જરૂરી છે જે નીચે મુજબ છે.

કોષ્ટક નં. ૨.૧૬

પસંદ કરેલ ગામોની વસ્તી વિષયક માહિતી પ્રમાણે વર્ગીકરણ

પસંદ કરેલા ગામોનું નામ	વર્ષ	વસ્તીનું પ્રમાણ			વસ્તી વૃધ્ધિદર
		પુરૂષ	સ્ત્રી	કુલ વસ્તી	
અગાસી	૧૯૮૧	૭૩૭	૭૧૭	૧૪૫૪	૧.૫૬

		૫૦.૭	૪૯.૩	૧૦૦.૦	
	૧૯૯૧	૮૪૪	૮૩૭	૧૬૮૧	
		૫૦.૨	૪૯.૮	૧૦૦.૦	
રૂમલા	૧૯૮૧	૩૩૭૨	૩૫૬૨	૬૯૩૪	
		૪૮.૬	૫૧.૪	૧૦૦.૦	૨.૬૫
	૧૯૯૧	૪૪૬૧	૪૩૧૬	૮૭૭૭	
		૫૦.૮	૪૯.૨	૧૦૦.૦	
બીલપૂડી	૧૯૮૧	૩૦૨૨	૩૧૧૨	૬૧૩૪	
		૪૯.૩	૫૦.૭	૧૦૦.૦	૨.૦૩
	૧૯૯૧	૩૬૬૮	૩૭૧૪	૭૩૮૨	
		૪૯.૭	૫૦.૩	૧૦૦.૦	
આસુરા	૧૯૮૧	૧૨૪૩	૧૨૨૯	૨૪૭૨	
		૫૦.૩	૪૯.૭	૧૦૦.૦	૨.૨૬
	૧૯૯૧	૧૫૨૩	૧૫૦૯	૩૦૩૨	
		૫૦.૨	૪૯.૮	૧૦૦.૦	

તારણ:

૧. પસંદ કરેલ ગામો માં ૧૯૮૧ થી ૧૯૯૧ ના ગાળા દરમ્યાન વસ્તીનું ટકાવારી પ્રમાણ જોતા પુરૂષ વસ્તીનું ટકાવારી પ્રમાણ રૂમલા અને બીલપૂડી ગામમાં વધ્યું છે. જ્યારે સ્ત્રી વસ્તીનું ટકાવારી પ્રમાણ અગાસી અને આસુરા ગામમાં વધ્યું છે.

૨. ૧૯૮૧ થી ૧૯૯૧ દરમીયાન વસ્તી વૃધ્ધિદરમાં રૂમલા ગામનો વસ્તી વૃધ્ધિનો દર વધારે રહેવા પામ્યો છે.

કોષ્ટક નં. ૨.૧૭
પસંદ કરેલા ગામોમાં “કોલઘા” જાતિની વસ્તી વિષયક માહિતી પ્રમાણે વર્ગીકરણ

પસંદ કરેલા ગામોનું નામ	વર્ષ	વસ્તીનું પ્રમાણ			વસ્તી વૃધ્ધિદર
		પુરૂષ	સ્ત્રી	કુલ વસ્તી	
અગાસી	૧૯૮૧	૮૮ ૪૯.૭	૮૯ ૫૦.૩	૧૭૭ ૧૦૦.૦	૬.૫૦
	૧૯૯૧	૧૪૪ ૪૯.૩	૧૪૮ ૫૦.૭	૨૯૨ ૧૦૦.૦	
રૂમલા	૧૯૮૧	૫૮ ૫૨.૭	૫૨ ૪૭.૩	૧૧૦ ૧૦૦.૦	૫.૦૯
	૧૯૯૧	૮૭ ૫૨.૪	૭૯ ૪૭.૬	૧૬૬ ૧૦૦.૦	
બીલપૂડી	૧૯૮૧	૨૯૩ ૪૯.૬	૨૯૮ ૫૦.૪	૫૯૧ ૧૦૦.૦	૭.૦૪
	૧૯૯૧	૪૮૩ ૪૮.૦	૫૨૪ ૫૨.૦	૧૦૦૭ ૧૦૦.૦	
આસુરા	૧૯૮૧	૧૦૪ ૫૩.૧	૯૨ ૪૬.૯	૧૯૬ ૧૦૦.૦	૭.૦૯
	૧૯૯૧	૧૭૫ ૫૨.૨	૧૬૦ ૪૭.૮	૩૩૫ ૧૦૦.૦	

તારણો :

૧. ૧૯૮૧ થી ૧૯૯૧ માં વસ્તીનું પ્રમાણ ખુબજ ઝડપથી વધી રહ્યું છે.

૨. પસંદ કરેલ ગામોમાં આસુરા ગામનો વસ્તી વૃધ્ધિદર ઉંચો રહ્યો છે. જ્યારે રૂમલા ગામનો વૃધ્ધિદર નહિવત રહ્યો છે.

કોષ્ટક નં. ૨.૧૮
પસંદ કરેલા ગામોની કુલ વસ્તીમાં આદિવાસીઓની અને કોલઘાની વસ્તી(ટકામાં)

પસંદ કરેલા ગામોનું નામ	કુલ વસ્તી	કુલ વસ્તીમાં આદિવાસી વસ્તી ટકામાં	કુલ વસ્તીમાં કોલઘા વસ્તી ટકામાં
અગાસી	૧૬૮૧ ૧૦૦.૦	૭૪.૦	૧૭.૪
રૂમલા	૮૭૭૭ ૧૦૦.૦	૮૦.૭	૧.૯
બીલપૂડી	૭૩૮૨ ૧૦૦.૦	૩૪.૭	૧૩.૬
આસુરા	૩૦૩૨ ૧૦૦.૦	૮૪.૩	૧૧.૦

તારણ :

૧. ૧૯૯૧ ની વસ્તી ગણતરી પ્રમાણે કુલ વસ્તીમાં આદિવાસીઓની સૌથી વધુ વસ્તી આસુરા ગામમાં જોવા મળે છે. જ્યારે બિલપૂડી ગામમાં આદિવાસીઓનું પ્રમાણ નહિવત જોવા મળે છે.

૨. પસંદ કરેલ ગામોની કુલ વસ્તીમાં કોલઘાની વસ્તી ટકાવારીની રીતે જોતાં અગાસી ગામમાં વિશેષ છે. જ્યારે રૂમલા ગામમાં સૌથી ઓછી વસ્તી જોવા મળે છે.

કોષ્ટક નં. ૨.૧૯

પસંદ કરેલા ગામોમાં શિક્ષણનું પ્રમાણ(સંખ્યા અને ટકા)

પસંદ કરેલા ગામોનું નામ	વર્ષ	કુલ વસ્તી	વસ્તીનું પ્રમાણ		
			પુરુષ	સ્ત્રી	કુલ શિક્ષણ
અગાસી	૧૯૮૧	૧૪૫૪	૬૦.૧	૩૯.૯	૬૭૨
					૧૦૦.૦
	૧૯૯૧	૧૬૮૧	૫૭.૬	૪૨.૪	૯૭૪
					૧૦૦.૦
રૂમલા	૧૯૮૧	૬૯૩૪	૬૩.૪	૩૬.૬	૨૪૦૫
					૧૦૦.૦
	૧૯૯૧	૮૭૭૭	૬૧.૦	૩૯.૦	૩૯૨૮
					૧૦૦.૦
બીલપૂડી	૧૯૮૧	૬૧૩૪	૬૫.૭	૩૪.૩	૧૯૬૮
					૧૦૦.૦
	૧૯૯૧	૭૩૮૨	૬૦.૧	૩૯.૯	૩૫૯૪
					૧૦૦.૦
આસુરા	૧૯૮૧	૨૪૭૨	૬૧.૧	૩૧.૯	૮૧૧
					૧૦૦.૦
	૧૯૯૧	૩૦૩૨	૬૦.૫	૩૯.૫	૧૪૦૯
					૧૦૦.૦

તારણો :

૧. પસંદ કરેલ ગામોમાં ૧૯૮૧ થી ૧૯૯૧ ના સમય દરમ્યાન પુરૂષ શિક્ષણનું ટકાવારી પ્રમાણ દરેક ગામમાં ઘટતું જોવા મળે છે. જ્યારે સ્ત્રી શિક્ષણનું ટકાવારી પ્રમાણ વધતું જોવા મળે છે.

૨. અભ્યાસ ક્ષેત્રમાં સ્ત્રી જાગૃતિ તેમજ રૂઢિચુસ્ત વલણ દૂર થવાથી પુરૂષોમાં શિક્ષણના વધારાના દર કરતા વર્તમાના સમયમાં સ્ત્રીઓના શિક્ષણના દરમાં વધારો જોવા મળે છે.

કોષ્ટક નં. ૨.૨૦
પસંદ કરેલા ગામોમાં કામ કરતી વસ્તી (સંખ્યા - ટકામાં)

પસંદ કરેલા ગામોનું નામ	વર્ષ	કામ કરતી વસ્તી			કુલ કામ કરનારા (સંખ્યા-ટકામાં)
		પ્રાથમિક	દ્વિતિય	તૃતિય	
અગાસી	૧૯૮૧	૪૨૧ ૮૧.૧	૦૪ ૦.૮	૯૪ ૧૮.૧	૫૧૯ ૧૦૦.૦
	૧૯૯૧	૩૭૯ ૬૬.૫	૬૬ ૧૧.૬	૧૨૫ ૨૧.૮	૫૭૦ ૧૦૦.૦
રૂમલા	૧૯૮૧	૧૮૦૫ ૮૧.૭	૩૩ ૧.૫	૩૭૦ ૧૬.૮	૨૨૦૮ ૧૦૦.૦
	૧૯૯૧	૩૦૭૭ ૭૯.૧	૫૦૬ ૧૩.૦	૩૦૯ ૭.૯	૩૮૯૨ ૧૦૦.૦
બીલપૂડી	૧૯૮૧	૨૨૯૮ ૯૨.૪	૩૪ ૧.૪	૧૫૪ ૬.૨	૨૪૮૬ ૧૦૦.૦

	૧૯૯૧	૨૪૯૨	૩૩	૧૭૩	૨૬૯૮
		૯૨.૪	૧.૨	૬.૪	૧૦૦.૦
આસુરા	૧૯૮૧	૬૦૪	૬૩	૨૯૩	૯૬૫
		૬૨.૬	૭.૦	૩૦.૪	૧૦૦.૦
	૧૯૯૧	૭૬૦	૧૩૪	૧૮૮	૧૦૮૨
		૭૦.૨	૧૨.૪	૧૭.૪	૧૦૦.૦

તારણો :

૧. પસંદ કરેલ ગામોમાં ૧૯૮૧ થી ૧૯૯૧ના ગાળામાં કામ કરતી વસ્તીનું વર્ગીકરણ જોતાં, પ્રાથમિક ક્ષેત્રમાં કામ કરતી વસ્તીનું પ્રમાણ સવિશેષ જોવા મળે છે. જ્યારે દ્વિતિય ક્ષેત્રમાં તેનું પ્રમાણ નહિવત રહ્યું છે.

૨. ૧૯૮૧ થી ૧૯૯૧ ના ગાળા દરમ્યાન આકડાંકીય રીતે જોતાં, અગાસી ગામમાં પ્રાથમિક ક્ષેત્રમાં કામ કરતી વસ્તીનું પ્રમાણ ઘટ્યું છે. જ્યારે રૂમલા, બીલપૂડી, આસુરા ગામમાં આ પ્રમાણ વધતું જોવા મળે છે.

૩. દ્વિતિય ક્ષેત્રમાં રોકાયેલ વસ્તીમાં બીલપૂડી ગામ સિવાયના ગામોની વસ્તીનું પ્રમાણ વધ્યું છે. જ્યારે રૂમલા, આસુરાની વસ્તીનું પ્રમાણ ઘટ્યું છે.

કોષ્ટક નં. ૨.૨૧

પસંદ કરેલ ગામોમાં વાહન, સંદેશાવ્યવહાર અને સંસ્થાકીય માળખું (સંખ્યામાં)

● વાહન અને સંદેશાવ્યવહાર

વાહનો	અગાસી	રૂમલા	બીલપૂડી	આસુરા
ટ્રેક્ટર	૮	૩૨	૩	૪

ટ્રક જીપ	૬	૧૨	૨	૧
દ્વિચક્રીય વાહન	√	√	√	√
બળદ ગાડું	√	√	√	√
સાઈકલ	√	√	√	√
ટેલીફોન	૪	૧૪	૧	—
તાર	—	√	—	—
ટપાલ	√	√	√	√
રસ્તા - પાકા	√	√	√	√
રસ્તા- કાચા	√	√	√	√

- **સંસ્થાકીય માળખું**

વિગત	અગાસી	રૂમલા	બીલપૂડી	આસુરા
ગ્રામ પંચાયત				
શૈક્ષણિક આંગણવાડી	૪ -	૯ ૨	૧૨ ૪	૬ ૧

પ્રાથમિક શાળા	૧	૯	૧૨	૧
વર્ગ શાળા		૧	૧	૧
હાલસ્કુલ				
આરોગ્ય	૧	૧	૧	
સરકારી દવાખાનું	-	૧	૧	-
પશુ દવાખાનુ	૧	૧	૧	-
વૈધ	-	૧	-	-
ખાનગી દવાખાના	-	૫	૧	૧
સરકારી મંડળીઓ અને				
સેવા સહ. મંડળી	-	૧	-	-
સહ.અનાજ દુકાન	૧	૧	૧	૧
દુધ ઉત્યાનદ મંડળી	૧	૬	૨	૩
ધિરાણ સંસ્થાઓ બેંક	૧	૧	૧	૧
ધાર્મિક સંસ્થાઓ	√	√	√	√
વીજળી (ટકામાં)	૧૦૦.૦	૧૦૦.૦	૧૦૦.૦	૧૦૦.૦

પ્રકરણ - 3
કોલઘાઓની કૌટુંબિક લાક્ષણિકતાઓ

પ્રસ્તાવના
૧.   માનવીય અસ્ક્યામતો
૨.   કુદરતી - ભૌતિક અસ્ક્યામતો

૩. કોલઘાઓની કૌટુંબિક લાક્ષણિકતાઓ

પ્રસ્તુત પ્રકરણમાં પ્રાથમિક માહિતીનાં આધારે મેળવેલ વિગતોનું વિશ્લેષણ કરવામાં આવ્યુ છે. જેમાં અભ્યાસ ક્ષેત્રમાંથી પસંદ કરેલ કુટુંબોની અસ્કયામતો અંગે માહિતી રજૂ કરાયેલી છે. પસંદ કરેલ કુટુંબોની અસ્ક્યામતોને બે સ્વરૂપમાં વિભાજીત કરી શકાય. માનવીય અને કુદરતી – ભૌતિક બંને સ્વરૂપ પરસ્પર અવેજી ન બનતા પૂરક બની રહે છે. આ અસ્ક્યામતોનું પેટા વિભાજન નીચે મુજબ રજૂ કરાયેલુ છે.

૧. માનવીય અસ્કયામતો

(અ) નિર્ણયકર્તાની માહિતી

- નિર્ણયકર્તાઓનું વયજુથ
- નિર્ણયકર્તાઓનું શિક્ષણ
- નિર્ણયકર્તાઓનો ગૌણ વ્યવસાય

(બ) નિર્ણયકર્તાઓની કૌટુંબીક માહિતી

- કુટુંબનું કદ
- કુટુંબનું વયજુથ
- કુટુંબના સભ્યોનો શૈક્ષણિક દરજ્જો
- કુટુંબના સભ્યોનો મુખ્ય વ્યવસાય
- કુટુંબના સભ્યોનો ગૌણ વ્યવસાય
- આર્થિક પ્રવૃત્તિમાં રોકાયેલ વસ્તી

(ક) કૌટુંબિક અસ્કયામતો

૧. માનવીય અસ્કયામતો

- **નિર્ણયકર્તાઓનું વયજૂથ**

નિર્ણય કર્તાની વય તેના નિર્ણયને અસર કરતું મહત્વનું પરીબળ હોવાથી નિર્ણયકર્તાની વય અને નિર્ણયના પ્રકાર વચ્ચે વિશિષ્ઠ પ્રકારનો સંબંધ

રહેલો છે. સામાન્ય રીતે યુવાન નિર્ણયકર્તા આધુનિક વાતાવરણથી ઝડપથી અનુકુલન સાંધી શકે છે. જ્યારે મોટી ઉંમર ધરાવતા નિર્ણય કર્તા પરંપરાગત સંસ્કૃતિ પધ્ધતિ પ્રમાણે નિર્ણયો લેવાનું વલણ ધરાવે છે.

કોષ્ટક નં. ૩.૧

નિર્ણયકર્તાઓનું વ્યવસાય અનુસાર વયજૂથ દર્શાવતો કોષ્ટક

વિગત	કુંટુંબ સંખ્યા	૨૫ – ૩૫	૩૫ – ૬૦	૬૦ થી વધુ	કુલ
ખેડૂત	૧૬	-	૧૬ (૧૦૦.૦)		૧૬ (૧૦૦.૦)
ખેતમજુર	૯૫	૩૩ (૬૪.૨)	૬૧ (૬૪.૨)	૦૧ (૧.૧)	૯૫ (૧૦૦.૦)
પશુપાલક	૦૩	૦૧ (૩૩.૩)	૦૨ (૬૬.૭)		૦૩ (૧૦૦.૦)
નોકરી	૧૩	૦૧ (૩૩.૩)	૦૨ (૬૬.૭)		૦૩ (૧૦૦.૦)
કારીગર	૦૩	-	૦૩ (૧૦૦.૦)		૦૩ (૧૦૦.૦)
કુલ	૧૨૦	૩૫ (૨૯.૨)	૮૪ (૭૦.૦)	૦૧ (૦.૮)	૧૨૦ (૧૦૦.૦)

તારણ :

(૧) પસંદ કરેલ નિર્ણયકર્તાઓમાં વૃધ્ધ નિર્ણય કર્તાઓનું પ્રમાણ નહિવત છે જ્યારે પ્રૌઢ નિર્ણયકર્તાઓનું પ્રમાણ વિશષ જોવા મળે છે.

(૨) ખેતમજુરી સિવાયના વ્યવસાયોમાં વૃધ્ધ નિર્ણયકર્તાઓ જોવા મળતા નથી.

- **નિર્ણયકર્તાઓનું શિક્ષણ અનુસાર વર્ગીકરણ**

શિક્ષણ કુટુંબની આર્થિક પરિસ્થિતિને અસર કરતું અગત્યનું પરિબળ છે. શિક્ષણ વૈકલ્પિક રોજગારીની તક પુરી પાડવા ઉપરાંત નિર્ણય કર્તાઓના આર્થિક - બિનઅર્થિક નિર્ણયોને પણ અસર પહોંચાડી શકે છે. આથી નિર્ણયકર્તાઓની શિક્ષણ અંગેની માહિતી જાણવી પણ અત્યંત આવશ્યક છે. જે કોષ્ટક નં ૩.૨ પરથી જાણી શકાય.

કોષ્ટકનં. ૩.૨

નિર્ણયકર્તાઓનું શિક્ષણ અનુસાર વર્ગીકરણ દર્શાવતું કોષ્ટક

વિગત	નિરક્ષર	પ્રાથમિક	માધ્યમિક	કુલ
ખેડૂત	૧૩ (૮૧.૨)	૦૩ (૧૮.૮)	–	૧૬ (૧૦૦.૦)
ખેત મજુર	૭૪ (૭૭.૯)	૧૮ (૧૮.૯)	૦૩ (૩.૨)	૯૫ (૧૦૦.૦)
પશુપાલક	૦૧	૦૨ (૬૬.૭)	–	૦૩ (૧૦૦.૦)
નોકરી			૦૩ (૧૦૦.૦)	૦૩ (૧૦૦.૦)
કારીગર	૦૨	૦૧ (૩૩.૩)		૦૩ (૧૦૦.૦)
કુલ	૯૦ (૭૫.૦)	૨૪ (૨૦.૦)	૦૬ (૫.૦)	૧૨૦ (૧૦૦.૦)

તારણ :

(૧) વલસાડ જિલ્લાને સાક્ષર જિલ્લો જાહેર કર્યો છે. જિલ્લામાં કોલઘા જાતિમાં નિરક્ષરતાનું પ્રમાણ ૭૫ ટકાનું છે.

39

(૨) ઉચ્ચ શિક્ષણ નથી. કોલઘા કુટુંબોની આર્થિક સ્થિતી સારી ન હોવાના કારણે અધવચ્ચેથી શિક્ષથ છોડી જનારાનું પ્રમાણ વધારે છે. જેથી તેઓ માધ્યમિક કે ઉચ્ચ શિક્ષણ ઓછા પ્રમાણમાં લઈ શક્યા છે.

- **નિર્ણયકર્તાઓનો ગૌણ વિષય**

કોલઘા આદિમજાતિના કુટુંબો મુખ્ય ગૌણ ધંધો કરવ અનિવાર્ય બને છે. કોલઘા કુટુંબોના ગૌણ વ્યવસાયની વિગત કોષ્ટકનં. ૩.૩ માં રજૂ કરી છે.

કોષ્ટકનં. ૩.૩

નિર્ણયકર્તાઓનું ગૌણ વ્યવસાય વર્ગીકરણ દર્શાવતું કોષ્ટક

વિગત ક્રમ	પશુપાલન	ખેતમજુરી	અન્ય	પશુપાલન-અન્ય	ખેતમજુરી-પશુપાલન	કુલ
૧.	૧૫	૦૧	-	-	-	૧૬
૨.	૧૮	૦૧	૧૬	૦૩	-	૩૮
૩.	-	૦૩	-	-	-	૦૩
૪.	-	-	-	-	-	૦૦
૫.	-	૦૨	-	-	૦૧	૦૩
કુલ	૩૩	૦૭	૧૬	૦૩	૦૧	૬૦

તારણ :

પસંદ કરેલ નિર્ણયકર્તામાં નોકરી સિવાયનાં બધાજ નિર્ણય કર્તાઓનો ગૌણ વ્યવસાય ખેત મજુરીનો છે. જે બતાવે છે કે જ્યારે મુખ્ય ધંધા દ્વારા લઘુત્તમ આવશ્યકતાઓ મળતી નથી ત્યારે, ખેતમજુરી દ્વારા રોજગારી મેળવવામાં આવે છે.

- **કુટુંબનું કદ :**

કુટુંબનું કદ કુટુંબની રોજગારી, આવક, વપરાશી ખર્ચ અને જમીન ધારકને અસર કરે છે. કુટુંબના કદ અને વપરાશી ખર્ચ વચ્ચે સામાન્ય રીતે ધન

સંબંધ જોવા મળે છે. ઉંચુ માથાદિઠ ખર્ચ ધરાવતા કુટુંબો માટે માથાદિઠ આવક વધારવી કુટુંબના વડા માટે આવશ્યક બની જાય છે. આમ કુટુંબનું કદ પણ નિર્ણયકર્તા માટે નિર્ણય લેવા મહત્વનો ભાગ ભજવે છે. આ સંદર્ભમાં અભ્યાસ ક્ષેત્રના પસંદ કરેલા કુટુંબના સરેરાશ કદ કોષ્ટકનં. ૩.૪માં દર્શાવિવામાં આવ્યું છે.

કોષ્ટક નં. ૩.૪

કુટુંબનું કદ દર્શાવતું કોષ્ટક

વિગત ક્રમ	કુટુંબ સંખ્યા	કુલ વસ્તી	કુટુંબનું સરેરાશ કદ
૧.	૧૬	૮૦ (૮૦.૨)	૫.૦
૨.	૯૫	૩૭૩ (૭૫.૬)	૩.૯
૩.	૦૩	૧૫ (૩.૦)	૫.૦
૪.	૦૩	૧૩ (૨.૬)	૪.૩
૫.	૦૩	૧૩ (૨.૬)	૪.૩
કુલ	૧૨૦	૪૯૪ (૧૦૦.૦)	૪.૧

તારણ :

(૧) ઉપરોક્ત કોષ્ટકમાં અભ્યાસ ક્ષેત્રના કુટુંબનું કદ નાનું જોવા મળે છે. કારણકે તેમની આર્થિક સ્થિતિ નબળી છે. જેથી વધુ સભ્ય સંખ્યામાં રહેવું પોષાય શકે તેમ નથી.

(૨) ખેતી અને પશુપાલન વ્યવસાયમાં અન્ય વ્યવસાયોની સરખામણીએ કુટુંબની આર્થિક સ્થિતિ સારી હોવાના કારણે કુટુંબ કદ સરેરાશ કદ કરતા મોટું છે.

- **કુટુંબના સભ્યોનું વયજૂથ**

પસંદ કરેલ કુટુંબોના સભ્યોની વયજૂથ કેટલા સભ્યો ઉત્પાદકીય શ્રમ સાથે જોડાયેલા છે. તેનો નિર્દેશ કરે છે. સામાન્ય રીતે બાળકો અને વૃધ્ધોનું પ્રમાણ ઉત્પાદકીય શ્રમમાં ઓછું હોય છે. જ્યારે યુવાઓનું અને પ્રોઢનું પ્રમાણ સવિશેષ હોય છે. જે કોષ્ટમનં. ૩.૫ પરથી જાણી શકાય છે.

કોષ્ટકનં. ૩.૫

કુટુંબની પુરૂષ વસ્તીમાં વયજૂથ (ટકામાં)

વિગત ક્રમ	૭ થી ઓછી	૭-૧૫	૧૫-૩૫	૩૫-૬૦	૬૦ થી વધુ	કુલ
૧.	૨.૩	૧૮.૨	૪૩.૧	૩૪.૧	૨.૩	૪૪ ૧૦૦.૦
૨.	૧૧.૪	૧૬.૧	૩૯.૬	૩૨.૩૦.૫	-	૧૯૨ ૧૦૦.૦
૩.	૩૩.૩	૧૬.૭	૩૩.૩	-	-	૦૬ ૧૦૦.૦
૪.	૧૨.૫	૫૦.૦	૧૨.૫	૨૫.૦	-	૦૮ ૧૦૦.૦
૫.	૨૦.૦	૨૦.૦	-	૬૦.૦	-	૦૫ ૧૦૦.૦
કુલ	૧૦.૭	૧૭.૬	૩૮.૬	૩૨.૯	૦.૮	૨૨૫ ૧૦૦.૦

તારણ :

(૧) પસંદ કરેલ કોલઘા કુટુંબોમાં ૭૦.૯ ટકા વસ્તી આર્થિક ઉપાર્જનની પ્રક્રિયામાં ફાળો આપતા વયજૂથની છે.

(૨) ૨૮.૩ ટકા વસ્તી ૧૫ વર્ષથી ઓછી વયજૂથની છે.

(૩) ૬૦ થી વધુ ધરાવતી વસ્તીનું પ્રમાણ ૦.૮ ટકાનું જ છે.

કોષ્ટકનું ૩.૬

કુટુંબની સ્ત્રી વસ્તીમાં વયજૂથ (ટકામાં)

વિગત ક્રમ	૭ થી ઓછી	૭-૧૫	૧૫-૩૫	૩૫-૬૦	૬૦ થી વધુ	કુલ
૧.	૫.૬	૮.૩	૪૪.૪	૪૧.૭	–	૩૬ ૧૦૦.૦
૨.	૯.૯	૧૯.૯	૪૫.૯	૨૩.૮	૦.૫	૧૮૧ ૧૦૦.૦
૩.	–	૪૪.૪	૨૨.૨	૧૧.૨	૨૨.૨	૦૯ ૧૦૦.૦
૪.	–	૪૦.૦	૪૯.૫	૨૦.૦	–	૦૫ ૧૦૦.૦
૫.	–	૩૭.૫	૨૫.૫	૩૭.૫	–	૦૮ ૧૦૦.૦
કુલ	૮.૪	૨૦.૧	૪૩.૯	૨૬.૪	૧.૨	૨૩૯ ૧૦૦.૦

તારણ :

(૧)   પસંદ કરેલ કોલઘા જાતિનાં કુટુંબોમાં ૬૦ થી વધુ વયજૂથ ધરાવતી સ્ત્રીઓનું પ્રમાણ ૧.૨ ટકા જેટલુ છે.

(૨)   પસંદ કરેલ કુટુંબોમાં સારી રીતે કામ કરી શકે તેવી સ્ત્રીઓનું પ્રમાણ તદ્દન ઓછું ૧.૨ ટકા જેટલું છે.

● **અભ્યાસ ક્ષેત્રની વસ્તીનો શૈક્ષણિક દરજ્જો**

વર્તમાન સમયમાં આર્થિક –સામાજિક અને રાજકીય ક્ષેત્રે નિર્ણયો લેવામાં શિક્ષણ મહત્વનો ભાગ ભજવે છે. સામાન્ય રીતે ગ્રામીણ અર્થતંત્રમાં પરંપરાગત અર્થવ્યવસ્થા, સંસ્કૃતિ, રીતરિવાજો, રૂઢિઓ, શૈલીઓ જોવા મળે છે. શિક્ષણના કારણે તેમાં પરીવર્તન આવ્યું છે.

મારા અભ્યાસક્ષેત્રમાં પરિવર્તન આવ્યું છે કે નહિ તે કોષ્ટકનં. ૩.૭ પરથી સમજી શકાય

કોષ્ટકનં. ૩.૭
કુલ પુરુષ વસ્તીમાં શિક્ષીત વસ્તી સંખ્યા અને ટકાવારી

વિગત ક્રમ	નિરક્ષર	પ્રાથમિક	માધ્યમિક	કુલ
૧.	૨૦ (૪૫.૫)	૧૭ (૩૮.૬)	૭ (૧૫.૯)	૪૪ (૧૦૦.૦)
૨.	૯૭ (૫૫.૭)	૬૪ (૩૬.૮)	૧૩ (૭.૫)	૧૭૪ (૧૦૦.૦)
૩.	૦૧ (૨૦.૦)	૦૪ (૮૦.૦)	–	૦૫ (૧૦૦.૦)
૪.	–	૦૫ (૬૨.૫)	૦૩ (૩૭.૫)	૦૮ (૧૦૦.૦)

૫.	૦૨ (૫૦.૦)	૦૨ (૫૦.૫)	-	૦૪ (૧૦૦.૦)
કુલ	૧૨૦ (૫૧.૧)	૯૨ (૩૯.૧)	૨૩ (૯.૮)	૨૩૫ (૧૦૦.૦)

(કૌસમાં આપેલ આંકડા ટકાવારીમાં આપેલ છે.)

તારણ :

(૧) પસંદ કરેલ કુટુંબોમાં પુરૂષ વસ્તીમાં નિરક્ષરતાનું પ્રમાણ વધુ જોવા મળે છે. ૮ થી ૧૦ વર્ષની ઉંમરથી જ મજુરી કામ, હોટલનું કામ, રંગકામ વગેરેમાં લાગી જાય છે. જેને કારણે પુરૂષોમાં નિરક્ષરતાનું પ્રમાણ વધુ છે.

(૨) પસંદ કરેલ કુટુંબોમાં પ્રાથમિક શિક્ષણનું પ્રમાણ ૩૯.૧ ટકા જેટલું છે. અને માધ્યમિક શિક્ષણનું પ્રમાણ ૯.૮ ટકા જેટલું બતાવે છે. કે તેમની આર્થિક સ્થિતિ સારી ન હોવાના કારણે તેઓ અધવચ્ચેથી શિક્ષણ છોડી મૂકે છે.

(૩) કોલઘા પુરૂષોમાં ઉચ્ચ શિક્ષણ નથી. ૧૨૦ કુટુંબોમાંથી ઉચ્ચ શિક્ષણ મેળવેલ એક પણ વ્યક્તિ નથી.

- **કુલ સ્ત્રી વસ્તીમાં શિક્ષિત વસ્તી સંખ્યા અને ટકાવારી**

પુરૂષોની સરખામણીએ સ્ત્રોઓમાં અક્ષરજ્ઞાનનું પ્રમાણ રાષ્ટ્રીય કક્ષાએ તથા રાજ્યમાં ઓછું છે. વર્તમાન પણ રાજ્યના બનાસકાંઠા જિલ્લમાં અક્ષરજ્ઞાન ધરાવતી સ્ત્રીઓનું પ્રમાણ ૩૦ ટકા કરતા પણ ઓછું છે. સ્ત્રીઓમાં અક્ષરજ્ઞાન પ્રમાણ વધારીને વધતી જતી વસ્તીની સમસ્યાને હલ કરી શકાય આ સિવાય પણ સ્ત્રી શિક્ષણના અનેક આર્થિક સામાજિક લાભ છે. કોલઘા કુટુંબોમાં સ્ત્રીઓમાં શિક્ષણનું પ્રમાણ ઘણું ઓછું છે. જે કોષ્ટકનં. ૩.૮માં જોઈ શકાય છે.

કોષ્ટકનં. ૩.૮

કુલ સ્ત્રી વસ્તીમાં શિક્ષીત સંખ્યા અને ટકાવારી

વિગત ક્રમ	નિરક્ષર	પ્રાથમિક	માધ્યમિક	કુલ
૧.	૨૧ (૬૧.૮)	૧૧ (૩૨.૩)	૦૨ (૫.૯)	૩૪ (૧૦૦.૦)
૨.	૧૦૫ (૬૨.૨)	૫૫ (૩૨.૫)	૦૯ (૫.૩)	૧૬૯ (૧૦૦.૦)
૩.	૦૪ (૪૪.૪)	૦૪ (૪૦.૦)	૦૨ (૧૧.૨)	૦૯ (૧૦૦.૦)
૪.	૦૧ (૨૦.૦)	૦૬ (૭૫.૦)	૦૧ (૧૨.૫)	૦૮ (૧૦૦.૦)
૫.	૦૧ (૧૨.૫)	૦૬ (૭૫.૦)	૦૧ (૧૨.૫)	૦૮ (૧૦૦.૦)
કુલ	૧૩૨ (૫૮.૫)	૭૮ (૩૪.૭)	૧૫ (૬.૮)	૨૨૫ (૧૦૦.૦)

(કૌસમાં આપેલ આંકડા ટકાવરી દર્શાવે છે.)

તારણ :

(૧) ઉપરોક્ત કોષ્ટકમાં બતાવ્યા અનુસાર કુલ સ્ત્રી વસ્તીનાં ૫૮.૫ ટકા સ્ત્રીઓ નિરક્ષર છે.

(૨) ૩૪.૭ ટકા સ્ત્રોઓમાં પ્રાથમિક અને ૬.૮ ટકા સ્ત્રીઓએ માધ્યમિક શિક્ષણ મેળવેલું છે.

(૩) કોલઘા જાતિના શિક્ષણ માટે સ્થપાયેલા આશ્રમશાળાઓને કારણે સ્ત્રી શિક્ષણ વધ્યું છે.

- **કુટુંબના સભ્યોનો મુખ્ય વ્યવસાય**

વ્યવસાય આવક તથા જીવનધોરણને અસર કરનારૂં અગત્યનું પરીબળ છે. ખેતી, પશુપાલન, ખેતમજુરી, અને કારીગર જેવા વ્યવસાયોમાં આવકની અનિશ્ચિતતા જોવા મળે છે. જ્યારે નોકરીમાં નિશ્ચિતતા જોવા મળે છે. પસંદ કરેલ કુટુંબોની કામ કરતી વસ્તી કયા વ્યવસાયમાં રોકાયેલ છે તે કોષ્ટકનં. ૩.૯માં દર્શાવિલ છે.

કોષ્ટક નં. ૩.૯

મુખ્ય વ્યવસાયમાં કામ કરતી વસ્તી (સંખ્યામાં)

વિગત ક્રમ	ખેતી		ખેતમજુર		પશુપાલન		નોકરી		કારીગર		કુલ		
	પુ.	સ્ત્રી	પુ.	સ્ત્રી	પુ.	સ્ત્રી	પુ.	સ્ત્રી	પુ.	સ્ત્રી	પુ.	સ્ત્રી	કુલ
૧.	૩૮	૩૦	-	-	૦૨	૦૨			-	-	૪૦	૩૨	૭૨
૨.	-	-	૧૩૫	૧૨૨	-	-	-	-	-		૧૩૫	૧૨૨	૨૫૭
૩.	-	-	-	-	૦૩	૦૩	૦૩	-	-	-	૦૩	૦૩	૦૬
૪.	-	-	-	-	-	-	-	-		-	૦૩		૦૩
૫.	-	-	-	-	-	-	-	-	૦૩	-	૦૩	-	૦૩
કુલ	૩૮	૩૦	૧૩૫	૧૨૨	૦૫	૦૫	૦૩	-	૦૩	-	૧૮૪	૧૫૭	૩૪૧

તારણ :

ઉપરોક્ત કોષ્ટક પરથી કહી શકાય છે કોલઘા વસ્તીનો મોટાભાગ ખેતમજુરી પાછળ રોકાયેલો છે. જે થોડા ઘણા કુટુંબો પાસે જમીન છે. એ જ કુટુંબો ખેતી કરે છે. જ્યારે બાકીના અન્ય ધંધામાં રોકાય ગયેલા જોવા મળે છે.

- **કુટુંબના સભ્યોનો ગૌણ વ્યવસાય**

એક જ પ્રકારનો વ્યવસાય કરી જીવન નિર્વાહ ટકાવી રાખવો મુશ્કેલ બને છે. જેથી કુટુંબના જીવન નિર્વાહને પહોંચી વળવા ગૌણ વ્યવસાયને મહત્વ આપવું જ રહ્યું. પસંદ કરેલ કોલઘા કુટુંબોના કેટલા સભ્યો ગૌણ વ્યવસાયમાં જોડાયેલા છે. જે જાણવું જરૂરી બને છે. જે કોષ્ટકનં ૩.૧૦ પરથી જાણી શકાય.

કોષ્ટકનં ૩.૧૦
ગૌણ વ્યવસાયમાં કામ કરતી વસ્તી (સંખ્યામાં)

વિગત ક્રમ	પશુપાલન		ખેતમજુરી		અન્ય		કુલ		
	પુ.	સ્ત્રી	પુ.	સ્ત્રી	પુ.	સ્ત્રી	પુ.	સ્ત્રી	કુલ
૧.	૧૮	૧૫	-	-	૦૪	૦૯	૨૨	૨૪	૪૬
૨.	૦૯	૧૩	-	-	૧૩	૧૬	૨૨	૨૯	૫૧
૩.	-	-	-	૦૩	-	-	-	૦૩	૦૩
૪.	-	-	-	-	-	-	-	-	-
૫.	૦૧	-	-	૦૩	-	-	૦૧	૦૩	૦૪
કુલ	૨૮	૨૮	-	૦૬	૧૭	૨૫	૪૫	૫૯	૧૦૪

નોંધ : અન્ય ધંધામાં કાળા બજારી ધંધાનો સમાવેશ કરવામાં આવેલ છે.

તારણ :

(૧) પસંદ કરેલ કુટુંબોમાં પશુપાલન અને અન્ય વ્યવસાય પાછળ રોકાયેલ સ્ત્રી – પુરૂષમાં સંખ્યા વધુ જોવા મળે છે.

(૨) ખેત મજુરી કરતા સ્ત્રી- પુરૂષની સંખ્યા તદ્દન ઓછી જોવા મળે છે. એનો અર્થ એ છે કે ખેતમજુરી કરી આખો દિવસ બગાડવા કરતાં જંગલોમાંથી લાકડા ચોરી લાવી વધુ આવક મેળવવામાં વધુ માને છે.

- **આર્થિક પ્રવૃત્તિમાં રોકાયેલી વસ્તી**

સામાન્ય રીતે કુટુંબમાં કામ કરનારાઓની સંખ્યા વધુ હોય તે કુટુંબમાં આવકનું પ્રમાણ વધુ હોય છે. કામ કરતી વસ્તી અને આવકનો સીધો સંબંધ હોય છે. જેથી, વ્યવસાય પ્રમાણે કુટુંબમાં કામ કરનારાઓની સંખ્યા કેટલા પ્રમાણમાં છે અને કયા વ્યવસાયમાં કામ કરનારા રોકાયેલા છે, તેની માહીતી તપાસવી જરૂરી છે. જે કોષ્ટકનં. ૩.૧૧ માં આપવામાં આવેલ છે.

કોષ્ટકનં. ૩.૧૧
આર્થિક પ્રવૃત્તિમાં રોકાયેલી વસ્તી

વિગત ક્રમ	પુરૂષ			સ્ત્રી			કુલ		
	કુલ પુરૂષ	કામકરતા પુરૂષ	ટકા	કુલ સ્ત્રી	કામકરતી સ્ત્રી	ટકા	કુલ વસ્તી	કામકરતી વસ્તી	ટકા
૧.	૪૪	૪૦	૯૦.૯	૩૬	૩૨	૮૮.૯	૮૦	૭૨	૯૦.૦
૨.	૧૯૨	૧૩૫	૭૦.૩	૧૮૧	૧૨૨	૬૭.૪	૩૭૩	૨૫૭	૬૮.૯
૩.	૦૬	૦૩	૫૦.૦	૦૯	૦૩	૩૩.૩	૧૫	૦૬	૪૦.૦
૪.	૦૮	૦૩	૩૭.૫	૦૫	-	-	૧૩	૦૩	૨૩.૧
૫.	૦૫	૦૩	૬૦.૦	૦૮	-	-	૧૩	-	૨૩.૧
કુલ	૨૫૫	૧૮૪	૭૨.૨	૨૩૮	૧૫૭	૬૬.૦	૪૯૪	૩૪૧	૬૯.૦

તારણ :

(૧) પસંદ કરેલ કુટુંબોમાં પુરૂષોની સરખામણીએ સ્ત્રી કામદારોનું પ્રમાણ ઓછું જોવા મળે છે.

(૨) ખેતમજુરી અને ખેતીનો વ્યવસાય કરતા કુટુંબોમાં કામ કરતી વસ્તીનું પ્રમાણ વધુ જોવા મળે છે.

(૩) પસંદ કરેલ કુટુંબોમાં કામ કરતી સ્ત્રી- પુરૂષનું પ્રમાણ ઓછું છે. એનું કારણ એ છે કે બાકીના સભ્યો શિક્ષણ સાથે સંકળાયેલા છે.

કોષ્ટકનં. ૩.૧૨
કામ કરતી વસ્તીનું વર્ગીકરણ ટકામાં

ક્ષેત્ર	કામ કરતી વસ્તી
પ્રાથમિક	૯૮.૨
દ્વિતીય	૦.૯
તૃતીય	૦.૯

તારણ :

(૧) પસંદ કરેલ કોલઘા કુટુંબોમાં પ્રાથમિક ક્ષેત્રમાં કામ કરતી વસ્તી ૯૮.૨ ટકા અને દ્વિતીય ક્ષેત્રમાં ૦.૯ ટકા તૃતીય ક્ષેત્રમાં ૦.૯ ટકા જોવા મળે છે.

(૨) દર ૧૦૦ કામ કરતી વસ્તીના ૭૫ ટકા વ્યક્તિ ખેતમજુરીના વ્યવસાયમાંથી આજીવીકા મેળવે છે.

૨. કુદરતી અને ભૌતિક અસ્કયામત

- **વ્યવસાય અનુસાર અસ્કયામત**

સામાન્ય રીતે સમાજમાં કોઈપણ વ્યક્તિ આવક- ખર્ચ કરતા વધુ હોય તો બચતમાં પરિણમે છે. અને તેમાંથી અસ્કયામત ઉભી થાય છે. અભ્યાસ ક્ષેત્રમાં પ્રાપ્ત થતી માહિતીનું વર્ગીકરણ કરતાં જમીન, મકાન, પશુ, બચત, ઉત્પાદનના સાધનો અને ઘર વખરી એમ છ પ્રકારની અસ્કયામતો તેઓ ધરાવતા હતા. સર્વેક્ષીત કુટુંબ પાસે કેટલી અસ્કયામત છે. તેનું સ્વરૂપ કેવું છે તે જાણવા કોષ્ટકનં . ૩.૧૩ નો ઉપયોગ કરીશું.

કોષ્ટકનં . ૩.૧૩

કુલ અસ્કયામત ટકામા

વિગત ક્રમ	જમીન			મકાન	પશુ સંપત્તિ	બચત	ઉ.સાધનો	ઘર વખરીના સાધનો	કુલ
	પિયત	બિન પિયત	કુલ						
૧.	૧૧.૫	૫૪.૭	૬૬.૨	૨૧.૨	૬.૨	૧.૬	૩.૯	૦.૯	(૧૪૫૩૧૦૦) ૧૦૦.૦
૨.	-	-	-	૮૭.૧	૨.૮	૫.૩	-	૪.૮	(૯૧૧૫૪૦) ૧૦૦.૦
૩.	-	-	-	૨૪.૦	૬૭.૯	૧.૯	-	૬.૨	(૧૩૭૪૦૦) ૧૦૦.૦
૪.	-	-	-	૨૧.૨	-	૩૬.૮	-	૪૨.૧	(૩૮૦૦૦) ૧૦૦.૦
૫.	-	-	-	૭૮.૪	૨.૮	૫.૭	-	૧૩.૧	(૪૨૧૦૦) ૧૦૦.૦
કુલ	૬.૫	૩૦.૮	૩૭.૩	૪૫.૫	૮.૧	૩.૫	૨.૨	૩.૪	(૨૫૨૮૨૧૪૦) ૧૦૦.૦

નોંધ : કૌસમાં આપેલ વિગત કુલ અસ્કયામત દર્શાવે છે.

તારણ :

(૧) પસંદ કરેલ કોલઘા કુટુંબોમાં ખેતી કુટુંબ સિવાય બીજા કુટુંબો પાસે જમીન જોવા મળતી નથી.

(૨) કોલઘાઓ ખૂબ ઓછા ઘરવખરીનાં સાધનો ધરાવે છે. તેમનાં કુટુંબમાં ઘરવખરી જરૂર કરતાં પણ ઓછી જોવા મળે છે. ૩.૪ ટકા ઘરવખરી ધરાવે છે. નોકરી કરતા કુટુંબોની આર્થિક સ્થિતિ સારી હોવાથી ૪૨.૧ ટકા જેટલી ઘરવખરી ધરાવે છે.

(૩) અસ્કયામતમાં મકાન મુખ્ય છે. જે બતાવે છે કે સરકાર દ્વારા આપવામાં આવેલ ઈન્દીરા આવાસ યોજનાનો લાભ મોટાભાગના કોલઘા કુટુંબોએ લીધેલ છે. જેને પરીણામે મકાન એ અસ્કયામતનું મુખ્ય સાધન છે.

કોષ્ટકનં. ૩.૧૪

કુટુંબદીઠ અસ્કયામત દર્શાવતું કોષ્ટક :

વિગત ક્રમ	**કુટુંબની સંખ્યા**	**કુલ અસ્કયામત**	**કુટુંબદીઠ અસ્કયામત**
૧.	૧૬	૧૪૫૩૧૦૦	૯૦૮૧૯
૨.	૯૫	૯૧૧૫૪૦	૯૫૯૫
૩.	૦૩	૧૩૭૪૦૦	૪૫૮૦૦
૪.	૦૩	૩૮૦૦૦	૧૨૬૬૭
૫.	૦૩	૪૨૧૦૦	૧૪૦૩૩
કુલ	૧૨૦	૨૫૮૨૧૪૦	૨૧૫૧૮

તારણ :

(૧) કુટુંબદીઠ અસ્કયામત સૌથી વધુ ખેડૂત કુટુંબો પાસે જોવા મળે છે. આ વધારો જમીનની માલિકી હોવાના કારણે જોવા મળે છે.

(૨) ખેતમજુરી કરતાં કુટુંબોની આર્થિક સ્થિતિ નબળી હોવાના કારણે બચત કરી શકતા નથી. જેથી નવી અસ્કયામતો ઉભી કરી અસ્કયામતમાં વધારો કરી શક્તા નથી.

(૩) સમગ્ર રીતે જોતાં કોલઘા કુટુંબો પ્રાથમિક વ્યવસાયમાંથી રોજગારી મેળવે છે. ઉચ્ચશિક્ષણ ન હોવાથી વ્યવસાયનું વૈવિધ્ય નથી. ખેતી સિવાયના વ્યવસાયોમાં અસ્કયામતોનું પ્રમાણ ઓછું છે. રહેઠાણનું મકાન એ અસ્કયામતનું મુખ્ય સાધન છે.

પ્રકરણ – ૪
કોલઘાનું કૃષિ અર્થતંત્ર

પ્રસ્તાવના
૧.   *વિવિધ પાકોમાંથી મળતી આવક*
૨.   *વિવિધ પાકો પાછળ થતું ખર્ચ*
૩.   *પાકોની ઉત્પાદકતા*
૪.   *વિવિધ પાકોમાં આવક- ખર્ચ વિશ્લેષણ*

૪. કોલઘાનું કૃષિ અર્થતંત્ર

પ્રસ્તુત પ્રકરણમાં ખેડૂત કુટુંબને કૃષિક્ષેત્રમાંથી પ્રાપ્ત થતી આવક - ખર્ચ વિશ્લેષણની રજુઆત કરવામાં આવી છે. ખેતીએ ગ્રામીણ ક્ષેત્રનો મહત્વનો વ્યવસાય છે. ખેતી માટે જમીન હોવી જરૂરી છે.

જમીનનો પ્રકાર તથા જમીનની ફળદ્રુપતા પણ અલગ-અલગ હોય છે. ખેતી લાયક જમીન મર્યાદીત છે. તેમજ તેનો વૈકલ્પિક ઉપયોગ શક્ય હોવાથી પાકની પસંદગીનો પ્રશ્ન પણ ઉપસ્થીત થાય છે. કોલઘા જાતિમાં જૂજ કુટુંબો જ જમીનની માલિકી ધરાવે છે. જમીન ધરાવતા કુટુંબો પાસે જમીન પણ મર્યાદિત પ્રમાણમાં છે. તેમજ ખેડાણ ઘટક નથી. અભ્યાસ ક્ષેત્રના કુટુંબોમાં જમીનની માલિકી પાક ઉત્પાદન તથા ઉતપાદન ખર્ચની વિગતો જોતાં આ સ્પષ્ટ થશે. કોલઘા જાતિના ૧૬ કુટુંબો ખેતીનો વ્યવસાય કરે છે. આ વ્યવસાય દ્વારા ખેતી આવક અને ખર્ચનુ વિશ્લેષણ હવે પછી જોઈશું.

૧. વિવિધ પાકોમાંથી મળતી આવક :

ખેતીએ આવક સર્જનનું મુખ્ય સ્ત્રોત છે. આધુનીક યુગમાં ખેતી પધ્ધતિમાં યાંત્રીકરણ અને અવનવા પ્રયોગો પ્રવેશ્યા છે. ખેતી વ્યવસાયમા તેનો અમલ ઝડતી બનાવી ખેત વ્યવસાયને વધુ સમૃધ્ધ બનાવી વધુ આવક મેળવી શકે છે. આ ત્યારે જ શક્ય બને નિયોજક વધુ સુઝ અને આવડત ધરાવતો હોય. જેનો ખ્યાલ અભ્યાસ ક્ષેત્રે પસંદ કરેલ ખેડૂત કુટુંબની વિવિધ પાકોમાંથી મળતી આવક પરથી જાણી શકાય કોષ્ટક નંબર. ૪.૧ માં વિવિધ પાકોમાંથી પ્રાપ્ત થતી આવક દર્શાવવામાં આવી છે.

કોષ્ટક ૪.૧
વિવિધ પાકોમાંથી મળતી આવક દર્શાવતો કોઠો

પાક	વાવેતર વિસ્તાર	ઉત્પાદન કિલોમાં	મૂલ્ય(રૂા.માં)	એકરદીઠ ઉપજ (રૂ.માં)
ડાંગર	૩૨	૨૮૮૦૦	૧૨૦૬૫૫	૩૭૭૦.૫
જુવાર	૦૫	૧૬૬૦	૧૧૭૧૦	૨૩૪૨.૦
કઠોળ	૨૦	૭૧૭૧	૧૦૭૩૬૦	૫૩૬૮.૦
આંબા	૦૨	૭૨૪૦	૪૮૫૫૦	૨૪૨૭૫.૦
કુલ.	૫૯	૪૪૮૭૧	૨૮૮૩૭૫	૪૮૮૬.૦

તારણ :

(૧) કુલ વાવેતર હેઠળના વિસ્તારમાં ધાન્ય વર્ગના પાક ડાંગર પાછળનો વાવેતર વિસ્તાર વધુ જોવા મળે છે. એનો અર્થ એ કે નાગલી અને વરઈ એ આદિવાસી લોકોનાં મુખ્ય ખોરાકમાં પરિવર્તન આવ્યું છે. કુકણાં અને ધોડીયા સાથે રહેતા હોય, ડાંગરની ખેતી અને ચોખાનો ખોરાકમાં ઉપયોગ વધ્યો છે.

(૨) બાગાયતી પાકોમાં વધારો થયો છે પણ તેનો વિસ્તાર નહિવત છે. મુખ્ય ખેતી ડાંગર અને કઠોળના પાકોની છે. ખેતી માંથી સરેરાશ રૂ.૪૮૮૬ એકરદીઠ ઉપજ મેળવેલ છે.

(૩) પસંદ કરેલ કુટુંબો રોકડીયા પાક કરતાં જોવા મળતા નથી. એનું કારણ એ છે કે આદિમ જૂથમાં આવેલ આ જાતિ મોટા પ્રમાણમાં જંગલ અને ડુંગરાળ વિસ્તારોમાં જોવા મળે છે. જમીન ઢોળાવવાળી હોવાથી આવા પાકો તરફ ધ્યાન કેન્દ્રીત કર્યું ન હોય ઉપરાંત તેમની આર્થીક સ્થિતિ સારી ન હોવાના કારણે આવા પાકોનું વાવેતર કરવું શક્ય નથી.

૨. વિવિધ પાકો પાછળ થતા કુલ ખર્ચા

કૃષિ પાકોની ઉત્પાદકતા વધારવા વર્તમાનમાં દરેક ખેડૂત વર્ગ આધુનિક કૃષિ નિપજકોનો ઉપયોગ કરે છે. જે ખર્ચમાં વધારો કરે છે. આર્થિક વિશ્લેષણના સંશોધન કાર્યમાં પાકોની ઉત્પાદકતા સાથે કૃષિમાં કેટલું ખર્ચ કરવામાં આવે છે. તે જાણવું જરૂરી બને છે. અભ્યાસક્ષેત્રે વિવિધ પાકો પાછળ થતા ખર્ચનું વિશ્લેષણ નીચેના કોષ્ટકનં ૪.૨માં દર્શાવાયું છે.

કોષ્ટક ૪.૨

વિવિધ પાકો પાછળ થતા કુલ ખર્ચ દર્શાવતો કોષ્ટક

પાક અંગેની વિગત	વિસ્તાર	કુલ ખર્ચ	એકરદીઠ ખર્ચ
ડાંગર	૩૨	૨૪૨૬૨	૭૫૮.૨
જુવાર	૦૫	૯૨૫	૧૫૮.૦
કઠોળ	૨૦	૬૪૬૧	૩૨૩.૧
આંબા	૦૨	૨૮૬૦	૧૪૩૦.૦
કુલ	૫૯	૩૪૫૦૮	૫૮૪.૯

તારણ :

(૧) ઉપરોક્ત પસંદ કરેલ ખેડૂત કુટુંબોમાં એકરદીઠ ખર્ચ સૌથી ઓછુ જુવારના પાકોમાં જોવા મળે છે. અને સૌથી વધુ અન્ય વર્ગના પાકમાં જોવા મળે છે.

(૨) ડાંગરના પાકમાં સૌથી વધુ ખર્ચ રા.ખાતર પાછળ થાય છે. બિયારણ ખર્ચ પોતાનું જ હોય છે.

૩. વિવિધ પાકોની ઉત્પાદકતા :

કૃષિનાં આર્થિક વિશ્લેષણમાં વિવિધ પાકોની ઉત્પાદકતા અને તેમાંથી મળતી આવકની માહિતી જાણવી આવશ્યક છે. પાકની ઉત્પાકદતાનો આધાર

ખેડૂતોએ કૃષિમાં કૃષિ નિપજકોનો કરેલ ઉપયોગના પ્રમાણ પર રહેલો છે. સારા બિયારણો, ખાતર, સિંચાઈ વગેરે કૃષિ નિક્ષેપોનો ઉપયોગ તેમજ પાકની માવજત અને સંરક્ષણથી વધુ ઉત્પાદકતાનાં પરિણામે વધુ ઉપજ મેળવી શકાય છે. અભ્યાસ ક્ષેત્રે વિવિધ પાકોની ઉત્પાદન પરિણામે વધુ ઉપજ મેળવી શકાય છે. અભ્યાસ ક્ષેત્રે વિવિધ પાકોની ઉત્પાદકતાનું વિશ્લેષણ કોષ્ટકનં. ૪.૩ માં રજુ કર્યું છે.

કોષ્ટક ૪.૩

વિવિધ પાકોની ઉત્પાદકતા દર્શાવતું કોષ્ટક

પાક	વાવેતર વિસ્તાર	ઉત્પાદન કિલોમા	એકરદીઠ ઉપજ	હેક્ટરદીઠ ઉપજ	ગુજરાતની હે.દીઠ ઉપજ (૧૯૯૫-૯૬)
ડાંગર	૩૨	૨૮૮૦૦	૯૦૦.૦	૨૨૫૦	૧૪૫૦
જુવાર	૦૫	૧૬૬૦	૩૩૨.૦	૮૩૦	૭૧૯
કઠોળ	૨૦	૭૧૭૧	૩૫૮.૬	૮૯૭	૫૪૩
અન્ય	૦૨	૭૨૪૦	૩૬૨૦.૦	૯૦૫૦	-
કુલ.	૫૯	૪૪૮૭૧	૫૬૦.૫	૧૪૦૧	-

નોંધ : અન્ય વર્ગના પાકમાં આબાંવાડી અને ઘાસ ચારામાંથી થતી ઉપજનો સમાવેશ કરવામાં આવેલ છે.

તારણ :

ગુજરાતનાં દુષ્કાળ ગ્રસ્ત વિસ્તારોમાં ઘરપૂર અને ચીખલી ઓછા વરસાદના વિસ્તારો નથી રાજ્યની કોલઘાની સ્થિતિ રૂઢિગત હોવા છતાં કુદરતી જોખમ નહિવત હોવાના કારણે હેક્ટરદીઠ રાજ્યની સરખામણીમાં વધારે છે. રાજ્યની સૌરાષ્ટ, ઉત્તર, ગુજરાતના વિસ્તારો આકાશી ખેતી પર આધારીત છે. જ્યારે વિસ્તારોમાં વરસાદ સારો હોવના કારણે પાક નિષ્ફળ નથી.

૪. વિવિધ પાકોમાં આવક - ખર્ચ વિશ્લેષણ :

કૃષિક્ષેત્રના બધાજ પાકામાંથી મળતી આવક અને તેના પાછળ કરવા પડતા ખર્ચ અંગે વિશ્લેક્ષણ પરથી કૃષિક્ષેત્રે મળતી ચોખ્ખી આવક અને એકરદીઠ આવકનો ખ્યાલ મેળવી શકાય છે. આ ઉપરાંત આવક- ખર્ચ ગુણોત્તર જાણવો જરૂરી છે. જે કોષ્ટક નં. ૪.૪ પરથી જાણી શકાય છે.

કોષ્ટક ૪.૪

વિવિધ પાકોમાં આવક - ખર્ચ વિશ્લેષણ દર્શાવતો કોઠો

પાક	કુલ આવક	કુલ ખર્ચ	ચોખ્ખી આવક	એકરદીઠ આવક	આવક ખર્ચ ગુણોત્તર
ડાંગર	૧૨૦૬૫૫	૨૪૨૬૨	૯૬૩૯૩	૩૦૧૨.૩	૧:૦.૨૦
જુવાર	૧૧૭૧૦	૯૨૫	૧૦૭૮૫	૨૧૫૭.૦	૧:૦.૦૭
કઠોળ	૧૦૭૩૬૦	૬૪૬૧	૧૦૦૮૯૯	૫૦૪૫.૦	૧:૦.૦૬
અન્ય	૪૮૫૫૦	૨૮૬૦	૪૫૬૯૦	૨૨૮૪૫.૦	૧:૦.૦૫
કુલ	૨૮૮૨૭૫	૩૪૫૦૮	૨૫૩૭૬૭	૪૩૦૧.૧	૧:૦.૧૨

તારણ :

(૧) પસંદ કરેલા કોલઘા કુટુંબોમાં ખેડૂત કુટુંબો પાસે જમીનનો મર્યાદિત વિસ્તાર હોવાથી મુખ્ય પાક તરીકે ડાંગર અને કઠોળને વધુ મહત્વ આપે છે. જેથી અનુક્રમે બંને પાક પાછળ થતું ખર્ચ વધારે છે.

(૨) ખેડૂત કુટુંબો જુવારનો મુખ્ય પાક લેતા નથી. શિયાળામાં કઠોળ સાથે મિશ્રપાક તરીકે વાવણી કરે છે. જેથી ખર્ચ નહિવત્ પ્રમાણમાં જોવા મળે છે.

(૩) ખેડૂત કુટુંબો પાક પાછળ વધુ ખર્ચ કરવાની શક્તિ ધરાવતા ન હોવાથી આવક-જાવક ખર્ચ ગુણોત્તર ઓછો જોવા મળે છે.

કોલઘાના કૃષિ અર્થતંત્રને ધ્યાનમાં લેતા જોવા મળે છે કે ચીખલી તાલુકાના ૨ કુટુંબો અને ધરમપુરના ૧૪ કુટુંબો ખેતી ક્ષેત્રમાં રોકાયેલા છે. નહિવત કુટુંબો પાસે જમીન છે. કોલઘા આદિમ જાતિ મુડી સાધનોની અછતના કારણે રૂઢિગત પ્રવૃત્તિએ ખેતી કરે છે. છતાં એકરદીઠ ૪૩૦૧ રૂા.ની ચોખ્ખી આવક ખેતી કરતા કોલઘા કુટુંબોએ પ્રાપ્ત કરી છે.

પ્રકરણ – ૫
પશુપાલન અને ખેતમજુરી

પ્રસ્તાવના
૧.   પશુપાલન વ્યવસાયમાં આવક – ખર્ચ
૨.   ખેતમજુરીમાં રોજગારી અને આવક

૫. પશુપાલન અને ખેતમજુરી

પ્રસ્તુત પ્રકરણમાં કોલઘા કુટુંબોના અન્ય બે વ્યવસાયોમાં રોજગારી, આવક, ઉત્પાદન ખર્ચનું વિશ્લેષણ રજુ કર્યું છે. કોલઘા કુટુંબોને રોજગારી આપતો મુખ્ય ધંધો ખેતમજુરીનો છે. થોડા કુટુંબો પાસે જમીન હોઈ જેથી ખેતી કરે છે. ખેતીની સાથે સાથે પશુપાલન અને ખેતમજુરીના વ્યવસાયની રોજગારી - આવકનું વિશ્લેષણ કરવામાં આવ્યું છે.

૧.   **પશુપાલન વ્યવસાયમાં આવક – ખર્ચ વિશ્લેષણ**

ગુજરાતમાં વિકસી રહેલ ડેરી ઉદ્યોગોના પરીણામે કૃષિ મુખ્ય વ્યવસાયની સાથે સાથે ગૌણ વ્યવસાય તરીકે પશુપાલન વિકાસ પામ્યો છે. ડેરી ઉદ્યોગ ગુજરાતમાં બધા પ્રદેશોમાં એક સરખો વિકાસ પામ્યો નથી. ઉત્તર ગુજરાત તથા ખેડા જિલ્લામાં તેનો વિકાસ ઝડપી રહ્યો છે. સૌરાષ્ટ્રમાં દૂધાળા પશુઓની ઉત્પાદકતા વધારે હોવા છતાં સંસ્થાકીય ધોરણે ડેરી ઉદ્યોગ ઓછો વિકાસ પામ્યો છે. દક્ષિણ ગુજરાતમાં આ ઉદ્યોગના વિકાસ મર્યાદિત છે. આદિવાસીમાં પશુની સંખ્યા વધારે હોવા છતાં પશુઓની નીચી ઉત્પાદકતા હોવાથી દૂધને બજાર સુધી પહોંચાડવા માટે જરૂરી સારા રસ્તાઓની મર્યાદિત સગવડો, બજારના પરિબળોની ઓછી જાણકારી વગેરેને કારણે આ ઉદ્યોગ આદિવાસી વિસ્તારોમાં વિકાસ પામ્યો નથી.

પસંદ કરેલા કોઘલા કુટુંબો પાસેના પશુધનમાં દૂધાળા પશુઓ (ગાય) તેમજ બિન દૂધાળા પશુઓ છે. ખેતી કરતા કુટુંબો પાસે બળદ ગાય છે. બળદનો ઉપયોગ ખેતી ઉપરાંત માલની હેરફેર માટે પણ થાય છે. કોલઘા કુટુંબો ભેંસો પાળતા નથી.

➤   **દૂધાળા પશુઓની વિગત**

પશુપાલન વ્યવસાયમાં દૂધાળા પશુ તરીકે ગાય મહત્વનું સ્થાન ધરાવે છે. સામાજિક, ધાર્મિક, ઉપરાંત ખેતી માટે જરૂરી એવી શ્રમ શક્તિ એટલે

કે(બળદ) મેળવવાના હેતુથી અને આવકમાં વધારો કરવા ગાયો પાળવાનું વધુ પસંદ કરે છે. અભ્યાસ ક્ષેત્રે પસંદ કરેલ કોલઘા કુટુંબોમાં કેટલા કુટુંબો ગાયો ધરાવે છે. અને તેમાંથી કુલ વાર્ષિક કેટલું ઉત્પાદન કરે છે. ઉપરાંત ઉત્પાદન માંથી કેટલું ઘર વપરાશ માટે રાખે છે અને વેચાણ કેટલું કરે છે તે અંગેની માહિતી આપવામાં આવે છે.

કોષ્ટકનં. ૫.૧
દૂધાળા પશુ (ગાય) માંથી થતાં ઉત્પાદન અંગેનું કોષ્ટક

વિગત / ક્રમ	પશુ સંખ્યા	કુલ વાર્ષિક ઉત્પાદન(લિ.માં)	પશુદીઠ ઉત્પાદન (લિ.માં)
૧.	૦૯	૯૬૦૦ (૪૪.૦)	૧૦૬૭
૨.	૦૧	૪૮૦ (૨.૨)	૪૮૦
૩.	૦૮	૧૧૭૬૦ (૫૩.૮)	૧૪૭૦
૪.	-	-	-
૫.	-	-	-
કુલ	૧૮	૨૧૮૪૦ (૧૦૦)	૧૨૧૩

તારણ :

(૧) પસંદ કરેલ કોલઘા કુટુંબોમાં કૃષિ સિવાયના વ્યવસાયમાં રોકાયેલ કુટુંબોમાં ગાયોનો ઉછેર કરતાં જોવા મળતા નથી.

(૨) કોલઘા કુટુંબોમાં પશુપાલન કરતાં કુટુંબોનો મુખ્ય વ્યવસાય પશુપાલન હોવાથી ગાયના દૂધ ઉત્પાદનનો હિસ્સો વધારે છે. બિલપુડી અને

અગાસી ગામમાં શંકર ગાયનો ઉછેર કરતાં હોવાથી પશુદીઠ ઉત્પાદન વધારે જોવા મળે છે.

કોષ્ટકનં. ૫.૨

કુલ ઉત્પાદનમાંથી થતુ વેચાણ અને ઘર વપરાશ (લિ.માં)

વિગત / ક્રમ	કુલ વાર્ષિક આવક (લિ.માં)	વેચાણ (લિ.માં)	ઘર વપરાશ (લિ.માં)
૧.	૯૬૦૦ (૪૪)	૭૬૮૦ (૪૦.૫)	૧૯૨૦ (૬૬.૭)
૨.	૪૮૦ (૨.૨)	૨૪૦ (૧.૩)	૨૪૦ (૮.૩)
૩.	૧૧૭૬૦ (૫૩.૮)	૧૧૦૪૦ (૫૮.૨)	૭૨૦ (૨૫.૦)
૪.	-	-	-
૫.	-	-	-
કુલ	૨૧૮૪૦ (૧૦૦)	૧૮૯૬૦ (૧૦૦)	૨૮૮૦ (૧૦૦)

તારણ :

(૧) પશુપાલન કુટુંબોના દૂધનું વેચાણ એજ એમની આવક હોવાથી વધુ વેચાણ કરતાં જોવા મળે છે.

(૨) ખેડુત કુટુંબ દૂધનો ઘર વપરાશમા અન્ય વ્યવસાયોની સરખામણીએ વધારે ઉપયોગ કરે છે.

કોષ્ટક નં. ૫.૩
દૂધાળા પશુ (ગાય)માંથી મળતી ચોખ્ખી આવક

વિગત ક્રમ	દૂધ ઉત્પાદનની કુલ આવક	ઉત્પાદન ખર્ચ	ચોખ્ખી આવક	પશુદીઠ ચોખ્ખી આવક
૧.	૩૪૫૬૦	૨૨૫૬૦	૧૨૦૦૦	૧૩૩૩
૨.	૧૯૨૦	૧૫૦૦	૪૨૦	૪૨૦
૩.	૯૫૭૬૦	૫૧૫૫૨	૪૪૨૦૮	૫૫૨૬
૪.	-	-	-	-
૫.	-	-	-	-
કુલ	૧૩૨૨૪૦	૭૫૬૧૨	૫૬૬૨૮	૩૧૪૬

તારણ :

પશુ પાલન કુટુંબો પશુ પાલનને વધુ મહત્વ આપના હોવાથી પશુ દીઠ ચોખ્ખી આવક વધારે ધરાવે છે.

➢ **દૂધાળા પશુ પાછળ થતો ખર્ચ :**

અભ્યાસ ક્ષેત્રે પસંદ કરેલ કુટુંબોનો કોઈપણ વ્યવસાય માટે આવક સફળતાનો માપદંડ છે. પશુપાલક આવક મહત્તમ કરવા પ્રયત્ન કરે છે. જે માટે તેણે પશુઓની ગુણવત્તા વધારવા પશુધનમાં સારી ઓલાદના પશુઓ તેમજ તેમની પાછળ કરવામાં આવતા વિવિધ ખર્ચાઓનો સમાવેશ કરવામાં આવે છે. જે કોષ્ટક નં. ૫.૪ માં રજુઆત કરી છે.

કોષ્ટકનં. ૫.૪
દૂધાળા પશુ પાછળ થતાં ખર્ચ દર્શાવતું કોષ્ટક :

ક્રમ	ખાણદાણ ખર્ચ	ઘાસ વપરાશ ખર્ચ			પશુ સારવાર ખર્ચ				કુલ ખર્ચ
		પોતાનું	બજારનું	સામું.	ચિકિત્સા	પોતાનું	બજાર	સામુ.	
૧.	૧૫૬૦ (૬.૯)	૧૮૪૫૦ (૮૧.૮)	૯૮૫ (૪.૪)	૧૩૦૦ (૫.૮)	૨૬૫ (૧.૨)	૧૮૪૫૦ (૮૧.૮)	૨૮૧૦ (૧૨.૫)	૧૩૦૦ (૫.૮)	૨૨૫૬૦ (૧૦૦)
૨.	-	-	૧૦૦૦ (૬૬.૬)	૫૦૦ (૩૩.૩)	-	-	૧૦૦૦ (૬૬.૬)	૫૦૦ (૩૩.૩)	૧૫૦૦ (૧૦૦)
૩.	૧૬૨૧૬ (૩૧.૫)	-	૩૨૦૦૦ (૬૨.૧)	૩૦૦૦ (૫.૮)	૩૨૦ (૦.૬)	-	૪૮૫૫૨ (૯૪.૨)	૩૦૦૦ (૫.૮)	૫૧૫૫૨ (૧૦૦)
૪.		-	-	-	-	-	-	-	-
૫.		-	-	-	-	-	-	-	-
કુલ	૧૭૭૭૬ (૨૩.૫)	૧૮૪૫૦ (૨૪.૪)	૩૩૯૮૫ (૪૪.૯)	૪૮૦૦ (૬.૩)	૫૮૫ (૦.૮)	૧૮૪૫૦ (૨૪.૪)	૫૨૩૬૨ (૨૪.૪)	૪૮૦૦ (૬.૩)	૯૫૬૧૨ (૧૦૦)

તારણ :

(૧) અભ્યાસ ક્ષેત્રે પસંદ કરેલ કુટુંબોમાં ખેડૂત સિવાયના બીજા કુટુંબોમાં ખેડૂત સિવાયના બીજા કુટુંબો જમીન ધરાવતા નથી. જેથી બજાર ખર્ચ વધુ કરે છે.

(૨) સામુદાયિક ક્ષેત્રે ૬.૩ ટકા ખર્ચ કરે છે.

➢ બિનદૂધાળા પશુઓની વિગત

આદિવાસી સમાજમાં પશુ અસ્કયામતનું મહત્વનું સાધન ગણાય છે. સામાજિક, આર્થિક પરિસ્થિમાં આ પશુઓ વેચીને અને ખેતી બીન ખેતી ક્ષેત્રે ઉપયોગ કરીને કુટુંબો સમસ્યાનું નિવારણ કરતા હોય છે.

પસંદ કરેલ કોલઘા કુટુંબોમાં બકરીઓનો ઉછેર કરી વેચાણ કરતાં હોય છે. જ્યારે બળદનો ખેતી બિનખેતી કામમાં ઉપયોગ કરી આવક મેળવતા હોય છે. જે કોષ્ટક નં. ૫.૫ પરથી જાણી શકાય છે.

કોષ્ટકનં. ૫.૫

બકરી અને બળદના વેચાણ અને ઉપયોગથી થતી આવક

વિગત / ક્રમ	બકરીની સંખ્યા	બકરીનાં વેચાણથી મેળવેલ આવક	બળદ સંખ્યા	ખેતી તથા બિન ખેતીમાથી કુલ આવક
૧.	૧૦	૫૦૦૦	૨૪	૬૯૨૦૦
૨.	૩૭	૧૯૮૦૦	-	-
૩.	-	-	-	-
૪.	-	-	-	-
૫.	૦૧	૬૦૦	-	-
કુલ	૪૮	૨૫૪૦૦	૨૪	૬૯૨૦૦

તારણ :

(૧) જમીન ધારણ કરનારા ખેડુત કુટુંબ સિવાય બીજા કુટુંબો બળદનો ઉછેર કરતા નથી. ખેતી અને બિ.ખેતી ક્ષેત્રે બળદનો કરી સારી એવી આવક મેળવતા જોવા મળે છે.

(૨) ખેત મજુરી કરતા આર્થીક સ્થિતિ સારી ન હોવાથી બકરાનું વેચાણ કરી સમસ્યાનું નિવારણ કરતા હોય છે.

(૩) પ્રત્યક્ષ મુલાકાત પરથી જાણવા મળ્યું છે કે ૧૯૯૭ માં આસુરા ગામમાં કુટુંબો પાસે ઘર દીઠ ત્રણ-ત્રણ બકરાં હતાં. પરંતુ અચાનક ખરવા નામનો રોગ લાગુ પડતા બકરાનો નાશ થયો હતો અને તેથી બધાજ વ્યવસાય કરતા કુટુંબોમાં બકરાનો ઉછેર જોવા મળતો નથી.

➤ બિનદૂધાળા પશુ પાછળ થતો ખર્ચ

અભ્યાસ ક્ષેત્રે બિનદૂધાળા પશુઓના બળદ કામ આપતાં બંધ થાય અને બકરી દુધ આપતી બંધ થાય ત્યારે પછી પણ પાછળ ખર્ચ કરાય છે. ભારતીય સંસ્કૃતિ અનુસાર બળદને વેચવા આપવા કતલખાને મોકલવામાં આવતા નથી પરંતુ બકરી દૂધ આપતી બંધ થાય એટલે તેને વેચાણ કરવામાં આવે છે. આ પશુ પાછળ કયા પ્રકારનાં ખર્ચા થાય છે તે નીચેના કોષ્ટક ૫.૬ માં દર્શાવાયું છે.

કોષ્ટકનં. ૫.૬
બિનદૂધાળા પશુ પાછળ થતો ખર્ચ દર્શાવતુ કોષ્ટક

કોષ્ટકનં. ૫.૬
બિનદૂધાળા પશુ પાછળ થતો ખર્ચ દર્શાવતુ કોષ્ટક

વિગત	કુટુંબ સંખ્યા	પશુ સંખ્યા	ખાણદાણ	માસ વપરાશ ખર્ચ			કુલ ખર્ચ				પશુદીઠ ખર્ચ
				પોતાનું	બજાર	સામુ.	પોતાનું	બજાર	સામુ.	કુલ	
૧.	૧૬	૨૪	૩૩૨૫ (૮.૧)	૩૩૦૦૦ (૮૦.૦)	૪૨૦૦ (૧૦.૨)	૭૦૦ (૧.૭)	૩૩૦૦૦ (૮૦.૦)	૭૫૨૫ (૧૮.૩)	૭૦૦ (૧.૭)	૪૧૨૨૫ (૧૦૦)	૧૨૧૨.૫
૨.	૯૫	૩૭	-	-	-	૪૦૫૦ (૧૦૦)	-	-	૪૦૫૦ (૧૦૦)	૪૦૫૦ (૧૦૦)	૧૦૯.૫
૩.	૩	-	-	-	-	-	-	-	-	-	-
૪.	૩	-	-	-	-	-	-	-	-	-	-
૫.	૩	૦૧	-	-	-	૨૦૦ (૧૦૦)	-	-	૨૦૦ (૧૦૦)	૨૦૦ (૧૦૦)	૨૦૦.૦
કુલ	૧૨૦	૭૨	૩૩૨૫ (૭.૩)	૩૩૦૦૦ (૭૨.૬)	૪૨૦૦ (૯.૨)	૪૯૫૦ (૧૦.૯)	૩૩૦૦૦ (૭૨.૬)	૭૫૨૫ (૧૬.૫)	૪૯૫૦ (૧૦.૯)	૪૫૪૭૫ (૧૦૦.૦)	૯૩૧.૬

તારણ :

(૧) પસંદ કરેલ કુટુંબોમાં પોતાનું ખર્ચ વધુ જોવા મળે છે.

(૨) ખેત મજુર અને કારગર કુટુંબો બકરાનો ઉછેર કરતાં હોવાથી સામુદાયિક ક્ષેત્રમાંથી ઉપયોગ કરતા જોવા મળે છે.

કોષ્ટક નં. ૫.૭

બિન દૂધાળા પશુ આવક – ખર્ચ

વિગત ક્રમ	બકરી ઉછેર ખર્ચ	બળદ ખેતી બિ.ખેતીમાં ઉપયોગ	કુલ આવક	કુલ ખર્ચ	ચોખ્ખી આવક
૧.	૭૦૦	૪૦૫૨૫	૭૪૨૦૦	૪૧૨૨૫	૩૨૯૭૫
૨.	૪૦૫૦	-	૧૯૮૦૦	૪૦૫૦	૧૫૭૫૦
૩.	૨૦૦	-	૬૦૦	૨૦૦	૪૦૦
કુલ	૪૯૫૦	૪૦૫૨૫	૯૪૬૦૦	૪૫૪૭૫	૪૯૧૨૫

નોંધ : પશુ પાલક – નોકરી કરતા કુટુંબો બિન દૂધાળા પશુઓનો ઉછેર કરતાં નથી.

તારણ :

ખેડુત કુટુંબ સિવાયના કુટુંબ બળદનો ઉછેર કરતા નથી. બકરીનો ઉછેર વધારે કરતાં હોય છે. બકરીના વેચાણ સિવાયની આવક મળતી નથી.જેથી ખેતમજુર અને કારીગર કુટુંબની ચોખ્ખી આવક ઓછી જોવા મળે છે.

➢ **પશુપાલન વ્યવસાયમાં આવક - ખર્ચ ગુણોત્તર**

પ્રત્યેક તર્કબધ્ધ માનવી વ્યવસાયમાંથી મળે તે વળતર – ચોખ્ખી આવક મહત્તમ કરવા ઈચ્છે છે. પસંદ કરેલ કોલઘા કુટુંબો માટે પશુ પાલન મહત્વનો વ્યવસાય છે. આ વ્યવસાયમાંથી પ્રાપ્ત થતી આવક તથા તે માટે કરવા પડતા ખર્ચની વિગતો આપવામાં આવી છે. ઉપરાંત એક રૂપિયો મેળવેલા કરવા પડતા ખર્ચનું પ્રમાણ (આવક-ખર્ચ ગુણોત્તર) દર્શાવાયું છે.

➢ **દૂધાળા પશુઓની આવક - ખર્ચ (રૂપિયામાં) :**

કોલઘા ખેડુતો કુટુંબોમાં ૯ ખેતમજુર કુટુંબોમાં ૧, પશુપાલનમાં બધાજ કુટુંબો દૂધાળા પશુના ઉછેર કરે છે. આ કુટુંબોની કુલ આવક અને આવક - ખર્ચ ગુણોત્તર કોષ્ટકનં. ૫.૮ માં દર્શાવવામાં આવ્યો છે.

કોષ્ટક નં. ૫.૮

વિગત	દૂધાળા પશુઓની આવક	ખર્ચ	ચોખ્ખી આવક	કુટુંબદીઠ ચો.આવક	આવક ખર્ચ ગુણોત્તર
૧.	૩૪૫૬૦	૨૨૫૬૦	૧૨૦૦૦	૧૩૩૩	૧:૦.૬૫
૨.	૧૯૨૦	૧૫૦૦	૪૨૦	૪૨૦	૧:૦.૭૮
૩.	૯૫૭૬૦	૫૧૫૫૨	૪૪૨૦૮	૧૪૭૩૬	૧:૦.૫૪
કુલ	૧૩૨૨૪૦	૭૫૬૧૨	૫૬૬૨૮	૪૩૫૬	૧:૦.૫૭

નોંધ : આવક - ખર્ચ ગુણોત્તર :- કુલ ખર્ચ / કુલ આવક

તારણ :

અભ્યાસ ક્ષેત્રે પસંદ કરેલ કોલઘા કુટુંબોમાં ખેડુત કુટુંબ ૧ રૂપિયાની આવક મેળવવા ૦.૬૫ રૂપિયા ખેત મજુર કુટુંબ ૦.૭૮ રૂપિયા અને પશુ પાલન કુટુંબ ૦.૫૪ રૂપિયાનો ખર્ચ કરે છે.

➢ **બિન દૂધાળા પશુઓની આવક - ખર્ચ રૂપિયામાં**

કોલઘા કુટુંબોમાં બધાજ કુટુંબો બિન દૂધાળા પશુઓનો ઉછેર કરતા નથી. ખેડુત કુટુંબોમાં ૧૩ કુટુંબો, ખેતમજુર કુટુંબોમાં ૨૦ કુટુંબો અને કારીગર કુટુંબોમાં ૧ કુટુંબ બિન દૂધાળા પશુઓનો ઉછેર કરે છે. આ કુટુંબો ૧ રૂપિયાની આવક મેળવવા પાછળ કેટલો ખર્ચ કરે છે. તે કોષ્ટક નં. ૫.૯ માં દર્શાવવામાં આવ્યું છે.

કોષ્ટક નં. ૫.૯

બિન દૂધાળા પશુઓની આવક-ખર્ચ

વિગત	બિન દૂધાળા પશુની આવક	ખર્ચ	ચોખ્ખી આવક	કુટુંબદીઠ ચો.આવક	આવક ખર્ચ ગુણોત્તર
૧.	૭૪૨૦૦	૭૪૨૨૫	૩૨૯૭૫	૨૫૩૬	૧:૦.૫૬
૨.	૧૯૮૦૦	૪૦૫૦	૧૫૭૫૦	૧૫૭૫૦	૧:૦.૨૦
૩.	૬૦૦	૨૦૦	૪૦૦	૪૦૦	૧:૦.૩૩
કુલ	૯૪૬૦૦	૪૫૪૭૫	૪૯૧૨૫	૪૩૧	૧:૦.૪૮

તારણ :

(૧) પસંદ કરેલ કુટુંબોમાં ખેડુત કુટુંબો બિન દૂધાળા પશુ પાછળ ૧ રૂપિયાની આવક મેળવવા ૦.૫૬ રૂપિયા, ખેતમજુર કુટુંબો ૦.૨૦ રૂપિયા અને પશુપાલન કુટુંબ ૦.૩૩ રૂપિયા ખર્ચ કરે છે.

૨. ખેતમજુરી :

કોલઘા કુટુંબોમાં ખેતીનો વ્યવસાય કરતાં ૧૬ કુટુંબો સિવાયના કુટુંબ પાસે ખેતીની જમીનો નથી. ઉપરાંત આ જાતિમાં નિરક્ષરતાનું પ્રમાણ વધારે અને શિક્ષિત કુટુંબોમાં પણ ઉચ્ચ શિક્ષણનો અભાવ જેથી રોજગારીના વિકલ્પો મર્યાદિત છે. આના પરિણામે સ્વાભાવિક પણે ખેતી વ્યવસાયમાં મજૂરી એ કોલઘાનો મુખ્ય વ્યવસાય બની રહે છે.

પસંદ કરેલા કુટુંબોમાં ખેતી અને નોકરી કરતાં કુટુંબોમાંથી કોઈપણ વ્યક્તિ ખેતમજુરી વ્યવસાયમાં રોકાયેલી જોવા મળતી નથી. ખેતી કરતા કુટુંબો ખેતમજુરીને બદલે ગૌણ વ્યવસાયમાં પશુપાલનને વધારે મહત્વ આપે છે.

કોષ્ટકનં. ૫.૧૦

ખેતમજુરી વ્યવસાયમાં રોકાયેલ વસ્તીની સંખ્યા અને ટકા

વ્યવસાય	૭ વર્ષથી ઉપરની પુરૂષ વસ્તી	ખેતમજુરી કરતી પુરૂષ વસ્તી		૭ વર્ષથી ઉપરની સ્ત્રી વસ્તી	ખેતમજુરી કરતી સ્ત્રી વસ્તી	
		સંખ્યા	ટકામાં		સંખ્યા	ટકામાં
ખેતમજુરી	૧૭૦	૧૩૫	૭૯.૪	૧૬૩	૧૨૯	૭૯.૧
પશુપાલન	૦૪	૦૧	૨૫.૦	૦૯	૦૨	૨૨.૨
કારીગર	૦૪	-	-	૦૮	૦૩	૩૭.૫
કુલ	૧૭૮	૧૩૬	૭૬.૪	૧૮૦	૧૩૪	૭૪.૪

તારણ :

(૧) કુલ પુરૂષ વસ્તીમાં ખેતમજુરી પાછળ રોકાયેલ વસ્તી ૭૬.૪ ટકા છે. એની સરખામણીમાં કુલ સ્ત્રી વસ્તીમાં ખેતમજુરી પાછળ રોકાયેલ વસ્તી ૭૪.૪ ટકા છે.

(૨) કુલ વસ્તી અને કામ કરતી વસ્તીનો ગુણોત્તર વધારે છે. સામાન્યતઃ રાષ્ટ્રીય તથા રાજ્ય સ્તરની સરેરાશ ૪૦ ટકાની છે જો કે રાજ્યના ખેતમજુર કુટુંબોની અલગ સરેરાશ જોવા મળતી નથી. ખેતમજુર કુટુંબોમાં કામ કરી શકે તેવી ઉંમરની પ્રત્યેક વ્યક્તિ ખેતમજુરી કરે છે. ઉપરાંત બાળકો પણ આ વ્યવસાયમાં કામ કરે છે.

➢ ખેતમજુરી વ્યવસાયમાંથી મળતી આવક

કુટુંબનાં આર્થિક જીવનને અસર કરતું મહત્વનું પરીબળ આવક છે. શક્ય તેટલી ઉંચી આવક પ્રાપ્તી માટે પ્રત્યેક કુટુંબ પ્રગતિશીલ રહે છે. કુટુંબ એક વ્યવસ્થા પર આધાર રાખવાના બદલે વિવિધ વ્યવસ્થા પર આધાર રાખે છે. પસંદ કરેલ કુટુંબોની ખેતમજુરી માંથી મળતી આવક કોષ્ટકનં ૫.૧૧ માં દર્શાવિવામાં આવી છે.

કોષ્ટકનં. ૫.૧૧

ખેતમજુરીમાંથી મળતી આવક દર્શાવતું કોષ્ટક

વ્યવસાય ક્રમ	ખેતમજુરી માંથી મળતી કુ.આવક	કામ કરતી વખતે વસ્તી	વ્યક્તિદીઠ આવક	દૈનિક આવક
૧.	૧૧૨૪૮૦૦	૨૬૪	૪૨૬૧	૧૧.૬૭
૨.	૮૨૫૦	૦૩	૨૭૫૦	૭.૫૩
૩.	૫૭૫૦	૦૩	૧૯૧૭	૫.૨૫
કુલ	૧૧૩૮૮૦૦	૨૭૦	૪૨૧૮	૧૧.૫૫

તારણ :

(૧) ખેતમજુરી કરતા કુટુંબો પાસે રોજગારીનો બીજો કોઈ વિકલ્પ ન હોવાથી ખેતમજુરી પાછળ રોકાયેલ વ્યક્તિદીઠ સરેરાશ આવક રૂા.૧૧.૫૫ છે.

(૨) ખેતમજુરી મુખ્ય વ્યવસાય છે, તેવા કુટુંબોમાં આ વ્યવસાયની દૈનિક આવક વધારે છે. આનું કારણ અન્ય વ્યવસાયના કુટુંબો માટે ખેતમજુરીએ ગૌણ વ્યવસાય છે

પ્રકરણ : ૬
કોલઘાની આવક-વપરાશનું માળખું

પ્રસ્તાવના

૧.   કોલઘાની આવક અંગેની વિગત

૨.   વપરાશી ખર્ચ અંગેની વિગત

૩.   કુલ આવક-ખર્ચ વિશ્લેષણ

૪.   દેવા વિષયક માહિતી

૫.   આદિમ જૂથ વિકાસ યોજના

૬. કોલઘાની આવક-વપરાશનું માળખું

પ્રસ્તુત પ્રકરણમાં કોલઘા જાતિની વિવિધ ક્ષેત્રોમાંથી મળતી આવક, વપરાશી ખર્ચ અંગેની વિગત, કુલ આવક-ખર્ચ વિશ્લેષણ, દેવા વિષયક માહિતી અને આદિમજૂથ વિકાસ યોજના હેઠળ કોલઘા કુટુંબોને મળેલ સહાય અંગેનું વિશ્લેષણ કરવામાં આવ્યું છે.

૧. કોલઘાની આવક અંગેની વિગત

અભ્યાસ ક્ષેત્રના બે તાલુકાઓમાં ચીખલી તથા ધરમપુર વિકાસની કક્ષા ભિન્ન છે. ચીખલી વિકસીત તાલુકા તરીકે ઓળખાય છે. જ્યારે ધરમપુર માત્ર વલસાડનો જ નહિ પરંતુ ગુજરાતના પછાત તાલુકાઓ પૈકી એક તાલુકો છે. આ બંન્ને તાલુકાઓના પસંદ કરેલ ગામોના પસંદ કરેલ કુટુંબોની માથાદીઠ આવકનું રજૂ કરાયેલું કોષ્ટક આ બંન્ને વિસ્તારોની કોલઘા વસ્તીની આવકની અસમાનતાનો નિર્દેશ કરે છે.

કોષ્ટક નં. ૬.૧

કોલઘા જાતિની માથાદીઠ આવક (રૂા.માં)

વિગત	કોલઘા જાતિ માથાદીઠ આવક	ચીખલી માથાદીઠ આવક	ધરમપુર માથાદીઠ આવક
૧.	૩૭૭૪	૫૦૨૮	૩૬૩૪
૨.	૩૦૮૮	૪૩૯૩	૨૫૯૦
૩.	૩૪૯૭	૩૫૩૪	૩૪૨૪
૪.	૪૭૧૫	૫૫૩૯	-
૫.	૩૬૩૫	૩૯૩૮	૩૫૦૦
કુલ	૩૬૩૫	૪૪૬૨	૨૮૩૬

તારણ :

૧. અભ્યાસક્ષેત્રે ધરમપુર તાલુકાની સરખામણીએ ચીખલી તાલુકાના કોલઘાને માથાદીઠ આવક દરેક વ્યવસાયોમાં વધારે જોવા મળે છે. આવકની રીતે જોતા ધરમપુર કરતાં ચીખલીના કોલઘાની આર્થિક સ્થિતિ સારી હોવાની જણાય છે.

૨. પશુપાલન કરતાં કારીગરીના વ્યવસાય સાથે સંકળાયેલ કુટુંબોની માથાદીઠ આવકમાં બંન્ને તાલુકાઓ વચ્ચે નોધપાત્ર તફાવત જોવા મળતો નથી.

કોષ્ટક નં. ૬.૨

વ્યવસાય અનુસાર આવક પ્રમાણે કુટુંબોની સંખ્યા દર્શાવતો કોષ્ટક

ચીખલી

આવક	૧૦૦૦-૧૦૦૦૦	૧૦૦૦૦-૨૦૦૦૦	૨૦૦૦૦-૩૦૦૦૦	૩૦૦૦૦-૪૦૦૦૦	૪૦૦૦૦-૬૦૦૦૦	કુલ	ટકા
૧.	-	૧	૧				૨.૬૧
૨.	૧	૧૯	૪		૧	૨૫	૭૫.૮
૩.		૧	૧			૨	૬.૧
૪.		૩				૩	૯.૧
૫.	૧					૧	૩.૦
કુલ	૬.૧	૭૨.૭	૧૮.૨		૩.૦	૩૩	૧૦૦.૦

ધરમપુર

આવક	૧૦૦૦-૧૦૦૦૦	૧૦૦૦૦-૨૦૦૦૦	૨૦૦૦૦-૩૦૦૦૦	૩૦૦૦૦-૪૦૦૦૦	૪૦૦૦૦-૬૦૦૦૦	કુલ	ટકા
૧.	૨	૮	૩	૧		૧૪	૧૬.૧
૨.	૨૩	૪૪	૩	૧.૧		૭૦	૮૦.૫
૩.		૧				૧	૧.૧
૪.							
૫.	૨					૨	૨.૩
કુલ	૩૧.૦	૬૦.૯	૬.૯			૮૭	૧૦૦.૦

તારણ :

૧૦ હજારથી ઓછી આવક ધરાવતા કુટુંબોનું પ્રમાણ ચીખલી તાલુકાની તુલનામાં ધરમપુર તાલુકામાં ૨૪.૯ ટકા વધારે છે. જ્યારે ૧૦ હજારથી વધુ આવક ધરાવતા કુટુંબોનું પ્રમાણ ચીખલી તાલુકામાં ૨૫.૫ વધારે છે. આમ ચીખલી તાલુકામાં વધુ આવક ધરાવતા કોલઘા કુટુંબોનું પ્રમાણ વધારે છે.

૨. વપરાશી ખર્ચ અંગેની વિગત

પસંદ કરેલા કુટુંબોનું જીવનધોરણનું મૂલ્યાકન કરવા તેમનો વપરાશી ખર્ચ જોણવો જરૂરી છે. અહિં વપરાશી ખર્ચમાં કુટુંબો માટેની જીવન જરૂરીયાત વસ્તુઓનો જ સમાવેશ કરાયો છે. જેમાં ખાદ્ય પદાર્થ, તૈલી પદાર્થ - વસ્ત્રો-પગરખા-શિક્ષણ- આરોગ્ય, અને બળતણ પાછળ કરાતા ખર્ચને લક્ષમાં લેવાયો છે. પસંદ કરેલ કુટુંબો વિવિધ વપરાશી વસ્તુઓ પાછળ કેટલો ખર્ચ કરે છે. તે નીચેના કોષ્ટકમાં દર્શાવવામાં આવ્યું છે.

કોષ્ટક નં. ૬.૩
વ્યવસાય અનુસાર વપરાશી ખર્ચ

કોષ્ટક નં. ૬.૩
વ્યવસાય અનુસાર વપરાશી ખર્ચ

વિગત ક્રમ	અનાજ	કઠોળ	શાકભાજી	માસ - ઈંડા	દૂધ – ઘી - તેલ	વસ્ત્ર – પગરખા	આરોગ્ય	શિક્ષણ	બળતણ	કુલ રૂા. ૧૦૦ %
૧.	૪૧.૬	૧૪.૫	૮.૭	૩.૩	૮.૯	૬.૭	૧.૫	૦.૭	૧૪.૧	૨૧૫૧૭૧
૨.	૩૮.૬	૧૫.૦	૮.૭	૩.૬	૪.૯	૧૨.૨	૨.૦	૦.૭	૧૪.૩	૧૦૩૦૫૫૩
૩.	૩૦.૪	૧૨.૨	૯.૮	૩.૯	૧૬.૦	૧૦.૭	૨.૨	૨.૧	૧૨.૭	૪૪૮૧૩
૪.	૨૦.૯	૧૪.૪	૧૧.૦	૩.૮	૯.૧	૧૯.૫	૨.૧	૨.૩	૧૬.૯	૪૩૬૨૭
૫.	૩૨.૪	૧૮.૬	૧૦.૮	૪.૦	૬.૦	૧૧.૭	૨.૪	૨.૦	૧૨.૧	૩૬૮૯૮
કુલ	૩૮.૧	૧૪.૯	૮.૯	૩.૬	૬.૧	૧૧.૫	૧.૯	૦.૮	૧૪.૨	૧૩૭૧૦૬૨

તારણ :

૧. અનાજ એ વપરાશી ખર્ચનું મુખ્ય ખર્ચ છે. પસંદર કરેલ કુટુંબોમાં અનાજ પાછળ નું સૌથી વધુ ખર્ચ ખેડુત કુંટુબોમાં જોવા મળે છે. આ કુટુંબ બને ત્યાં સુધી પોતાના ક્ષેત્રમાંથી અનાજ મેળવવાનો પ્રયત્ન કરે છે. ખેડુત કુટુબ સિવાયના કુટુબો જમીન ધરાવતા નથી બજારમાંથી અનાજ લાવવું પડતું હોય છે. જેથી ખર્ચ પણ ઓછું કરે છે.

૨. પસંદ કરેલ કુટુંબોમાં કારીગર કુટુંબોમાં કઠોળ પાછળનું વપરાશી ખર્ચ વધુ છે.

૩. નોકરી કરતા કુટુંબો અન્ય કુટુંબોની સરખામણીમાં શાકભાજી પાછળ વધુ ખર્ચ કરે છે. આવકના નિશ્ચિતતા તેમજ આર્થિક સ્થિતિ સારી હોવાના કારણે શાકભાજી પાછળ થતુ ખર્ચ વધારે છે.

૪. પશુપાલન અને નોકરી કરતાં કુટુંબો ચરબી યુક્ત આહારમાં સૌથી વધુ ખર્ચ કરે છે.

૫. પસંદ કરેલ નોકરીયાત કુટુંબો તૈયાર વસ્તુ તરફ વધુ પડતા આકર્ષાયા હોવાથી વસ્ત્રો પાછળનું ખર્ચ વધુ જોવા મળે છે. જે નથી ફેશનના કારણે તેમની અભિરૂચિ પણ બદલાય હોવાનો નિર્દેશ કરે છે.

૬. પસંદ કરેલ કોલઘા કુટુંબો સ્થાનિક વૃક્ષો, ગાડીઓનો ઉપયોગ વિવિધ રોગોના સામના માટે કરતા હોય છે. જે આજે ભૂલતા જાય છે. આરોગ્ય પાછળનું કુલ ખર્ચ ૧.૯ ટકા જેટલુ છે. એકંદરે સારુ છે.

૭. પસંદ કરેલા કુટુંબોના વપરાશ પાછળ થતાં ખર્ચમાં સૌથી ઓછુ ખર્ચ શિક્ષણ પાછળ થયેલુ જોવા મળે છે. નોકરી અને પશુપાલન કરવા કુટુંબોમાં અનુક્રમે ખર્ચ સારુ છે.

૮. પસંદ કરેલા કોલઘા કુટુંબોમાં મોટાભાગમાં બળતણ ખર્ચ બજારમાં કરે છે. જ્યારે બાકીના કુટુંબો સામુદાયિક ક્ષેત્ર માંથી ચોરી છુપી લાવવાનું હોવાથી ખર્ચ ઓછુ જોવા મળે છે.

કોષ્ટક નં. ૬.૪
માથાદિઠ – દૈનિક વપરાશ પાછળ થતુ ખર્ચ

વિગત	કુલ વપરાશી ખર્ચ	કુલ વસ્તી	માથાદીઠ વાર્ષિક વપરાશ	માથાદીઠ દૈનિક વપરાશ
૧.	૨૧૫૧૭૧	૮૦	૩૬૮૯.૬	૭.૩૭
૨.	૧૦૩૦૫૫૩	૩૭૩	૨૭૬૨.૯	૭.૫૭
૩.	૪૪૮૧૩	૧૫	૨૯૮૭.૫	૮.૧૮
૪.	૪૩૬૨૭	૧૩	૩૩૫૫.૮	૯.૧૯
૫.	૩૬૮૯૮	૧૩	૨૮૩૮.૩	૭.૭૮
કુલ	**૧૩૭૧૦૬૨**	**૪૯૪**	**૨૭૭૫.૪**	**૭.૬૦**

તારણો :

વ્યવસાયવાર સ્થિતિ તપાસીએ તો માથાદીઠ વાર્ષિક વપરાશ સૌથી વધુ નોકરીયાત કુટુંબો કરે છે. અને માથાદિઠ દૈનિક વપરાશ પણ સૌથી વધુ નોકરીયાત કુટુંબમાં જોવા મળે છે. જે તેમની આવકની નિશ્ચિતતા અને આર્થિક સ્થિતિ સારી હોવાનો નિર્દેશ કરે છે.

કોષ્ટક નં. ૬.૫
કોલઘા જાતિની માથાદીઠ વપરાશ (રૂપિયામાં)

વિગત	કોલઘા કુટુંબોની માથાદીઠ વપરાશ	ચીખલીનાં કુટુંબોની માથાદીઠ વપરાશ	ધરમપુરનાં કુટુંબોની માથાદીઠ વપરાશ
૧.	૨૬૯૦	૩૬૯૯	૨૫૭૮
૨.	૨૭૬૩	૨૯૧૨	૨૭૦૬
૩.	૩૩૫૬	૩૩૫૬	-
૪.	૨૮૩૮	૨૦૮૫	૩૧૭૩
કુલ	**૨૭૭૫**	**૨૯૯૦**	**૨૬૯૨**

તારણ :

કારીગર કુટુંબને બાદ કરતાં ખેતી, ખેતમજુરી, પશુપાલન કરતાં કુટુબોની ધરમપુર તાલુકાની સરખામણીમાં ચીખલી તાલુકામાં માથાદિઠ વપરાશ વધારે છે જે ચીખલી કોલઘાની આર્થિક સ્થિતિ સારી હોવાનો નિર્દેશ કરે છે.

૩. કુલ આવક ખર્ચ વિશ્લેષણ

કુટુંબોને વિવિધક્ષેત્રો માંથી મળતી આવક અને આવક મેળવવા માટે કરવા પડતા ખર્ચનું વિશ્લેષણ કરી ચોખ્ખી આવક અને વપરાશી ખર્ચનું વિશ્લેષણ કરવામાં આવ્યું છે. આ વિશ્લેષણ પરથી કુટુંબો બચત કરે છે કે દેવાદાર છે તેનો ખ્યાલ નીચેના કોઠા નં.૬.૭ પરથી જાણી શકાય છે.

કોષ્ટક નં. ૬.૬

કુલ આવક - ખર્ચ વિશ્લેષણ દર્શાવતુ કોષ્ટક

વિગત	કુટુંબ સંખ્યા	આવક	ખર્ચ	શેષ	કુટુંબદીઠ
૧	૧૬	૩૦૧૮૮૦	૨૧૫૧૭૧	૮૬૭૦૯	૫૪૧૯
૨	૯૫	૧૧૫૧૬૩૨	૧૦૩૦૫૫૩	૧૨૧૦૭૯	૧૨૭૫
૩	૦૩	૫૨૪૫૮	૪૪૮૧૩	૭૬૪૫	૨૫૪૮
૪	૦૩	૬૦૦૦૦	૪૩૬૨૭	૧૬૩૪૩	૫૪૫૮
૫	૦૩	૪૭૨૫૦	૩૭૮૯૮	૧૦૩૫૨	૩૪૫૦
કુલ	૧૨૦	૧૧૭૨૩૪૮	૧૩૭૧૦૬૨	૨૦૧૨૮૬	૧૬૭૭

તારણ :

૧. પસંદ કરેલા કુટુંબો વચ્ચે અધિશેષમાં અસમાનતા જોવા મળે છે.

૨. નોકરી કરતા કુટુંબોમાં કુટુંબદિઠ અધિષેશ પ્રમાણ વધુ જોવા મળે છે. જ્યારે ખેતમજુર કુટુંબમાં નહિવત પ્રમાણ જોવા મળે છે.

કોષ્ટક નં. ૬.૭

કોલઘા આવક - વપરાશી ખર્ચ (રૂપિયામાં)

	ચીખલી			ધરમપુર		
વિગત	કુલ આવક	કુલ વપરાશ	શેષ	કુલ આવક	કુલ વપરાશ	શેષ
૧	૪૦૨૨૫	૨૯૫૮૯	૧૦૬૩૬	૨૬૧૬૫૫	૧૮૫૫૮૨	૭૬૦૭૩
૨	૪૫૨૪૪૦	૨૯૯૯૬૭	૧૫૨૪૭૩	૬૯૯૧૯૨	૭૩૦૫૮૬	-
૩	૩૫૩૩૮	૩૧૧૧૧	૪૨૨૭	૧૭૧૨૦	૧૩૭૦૨	૩૧૩૯૪
૪	૬૦૦૦૦	૪૩૬૨૭	૧૬૩૪૩	-	-	૩૪૧૮
૫	૧૫૭૫૦	૮૩૪૧	૭૪૦૯	૩૧૫૦૦	૨૮૫૫૭	-
						૩૯૪૩
કુલ	૬૧૫૭૫૩	૪૧૨૬૩૫	૨૦૩૧૧૮	૧૦૯૪૩૭	૯૫૮૪૨૭	૫૧૦૧૦

તારણ :

ધરમપુર તાલુકાની સાપેક્ષમાં ચીખલી તાલુકાના કોલઘાઓ વધુ બચત કરતા જોવા મળે છે. ઉતરાંત બંન્ને તાલુકાની સરખામણી કરતાં ધરમપુરના ખેતમજુર કુટુંબો દેવામાં જોવા મળે છે.

કોષ્ટક નં. ૬.૮

કોલઘા આવક - વપરાશી ખર્ચ (રૂપિયામાં)

	ચીખલી			ધરમપુર		
વિગત	કુલ આવક	કુલ વપરાશ	શેષ	કુલ આવક	કુલ વપરાશ	શેષ
૧	૪૦૨૨૫	૨૯૫૮૯	૧૦૬૩૬	૨૬૧૬૫૫	૧૮૫૫૮૨	૭૬૦૭૩
૨	૪૫૨૪૪૦	૨૯૯૯૬૭	૧૫૨૪૭૩	૬૯૯૧૯૨	૭૩૦૫૮૬	-
૩	૩૫૩૩૮	૩૧૧૧૧	૪૨૨૭	૧૭૧૨૦	૧૩૭૦૨	૩૧૩૯૪
						૩૪૧૮

૪	૬૦૦૦૦	૪૩૬૨૭	૧૬૩૪૩	-	-	-
૫	૧૫૭૫૦	૮૩૪૧	૭૪૦૯	૩૧૫૦૦	૨૮૫૫૭	૩૯૪૩
કુલ	**૬૧૫૭૫૩**	**૪૧૨૬૩૫**	**૨૦૩૧૧૮**	**૧૦૯૪૩૭**	**૯૫૮૪૨૭**	**૫૧૦૧૦**

કોષ્ટક નં. ૬.૯
વ્યવસાય અનુસાર અસ્ક્યામત (ટકામાં)

	ચીખલી					ધરમપુર				
વિગત	જમીન	મકાન	પશુ-ધન	અન્ય	કુલ	જમીન	મકાન	પશુધન	અન્ય	કુલ
૧.	૬૯.૯	૨૦.૩	૬.૧	૩.૭	૧૯૭૪૦૦ ૧૦૦	૬૫.૩	૨૧.૩	૫.૭	૭.૭	૧૨૫૫૭૦૦ ૧૦૦
૨.	-	૮૩.૬	૬.૩	૧૦.૧	૩૭૧૬૪૦ ૧૦૦	-	૮૯.૭	૨.૧	૮.૨	૫૨૯૯૦૦ ૧૦૦
૩.	-	૨૨.૫	૭૨.૩	૫.૨	૧૦૬૯૦૦ ૧૦૦	-	૨૯.૫	૫૨.૧	૧૮.૦	૩૦૫૦૦ ૧૦૦
૪.		૨૧.૧	-	૭૮.૯	૩૮૦૦૦ ૧૦૦	-	-	-		-
૫.		૮૮.૨	-	૧૧.૮	૧૭૦૦૦ ૧૦૦	-	૭૧.૭	૪.૮	૨૩.૫	૨૫૧૦૦ ૧૦૦
કુલ	૧૮.૭	૫૪.૨	૧૫.૩	૧૧.૨	૭૪૦૯૪૦ ૧૦૦	૪૪.૬	૪૧.૮	૫.૩	૮.૩	૧૮૪૧૨૦૦ ૧૦૦

નોધ : અન્યમાં બચત, ઉત્પાદનના સાધનો, ઘરવખરીના સાધનોનો સમાવેશ કરવામાં આવ્યો છે.

તારણ :

ચીખલી અને ધરમપુર તાલુકાની સરખામણી કરતાં ચીખલી તાલુકામાં પસંદ કરેલ કુટુંબો મકાનમાં ૧૩% પશુધન ૧૦% અને અન્ય ૨.૯% જેટલી વધુ અસ્ક્યામત ધરાવે છે. પરંતુ જમીનની દ્રષ્ટિએ જોતા ધરમપુર તાલુકાના પસંદ કરેલ કુટુંબો ૨૫.૯% વધારે જમીન ધરાવે છે.

ધરમપુર તાલુકો કોલઘાની વસ્તીની દ્રષ્ટિએ વલસાડ જિલ્લામાં પ્રથમ સ્થાન ધરાવે છે. આમ, અસ્ક્યામતની દ્રષ્ટિએ પણ બે તાલુકા વચ્ચે તફાવત જોવા મળે છે.

કોષ્ટક નં. ૬.૧૦
કોલઘાની કુટુંબદીઠ અસ્કયામત

ક્રમ	કુલ કુટુંબદીઠ અસ્ક્યામત	ચીખલીની કુટુબદીઠ અસ્ક્યામત	ધરમપુરની કુ. દીઠ અસ્ક્યામત
૧	૯૦૮૧૯	૯૮૭૦૦	૮૯૬૯૩
૨	૯૫૯૫	૧૫૨૬૬	૭૫૭૦
૩	૪૫૮૦૦	૫૩૪૫૦	૩૦૫૦૦
૪	૧૨૬૬૭	૧૨૬૬૭	-
૫	૧૪૦૩૩	૧૭૦૦૦	૧૨૫૫૦
કુલ	૨૧૫૧૭૭	૨૨૪૫૨	૨૧૧૬૩

તારણ :

૧. ધરમપુર તાલુકાની સરખામણીમાં ચીખલી તાલુકાના વ્યવસાય અનુસાર પસંદ કરેલ બધાજ કુટુંબોની કુટુંબદીઠ અસ્ક્યામત વધારે છે.

૨. પુશપાલન તેમજ કારીગર વ્યવસાય સાથે સંકળાવેલા કુટુંબોની અસ્ક્યામતમાં નોધ પાત્ર અસમાનતા જોવા મળે છે.

૪. દેવા વિષયક માહિતી

જ્યારે કુટુંબમાં આવક કરતાં ખર્ચ વધી જાય ત્યારે વધારાનો ખર્ચને પહોચી વળવા માટે દેવુ કરવુ પડે છે. વપરાશી ખર્ચના હેતુ સીવાય ઉત્પાદક હેતું માટે નાણાં ઉછીના આવશ્યક્તા પેદા થાય છે. પસંદ કરેલ કુટુબો દેવાનું પ્રમાણ, દેવાદાર કુટુંબોનું પ્રમાણ, જુદા જુદા જુથમાં તેમની સ્થિતી કેવા પ્રકારની છે. તે જાણ દેવા વિષયક માહિતી કોષ્ટક ૬.૧૧ માં આપવામાં આવી છે.

કોષ્ટક ૬.૧૧

દેવા વિષયક માહિતી કોષ્ટક

વિગત	કુટુંબ સંખ્યા	રકમ (રૂ.માં)	કુટુંબદીઠ દેવું
૧	૦૬	૨૫૦૦ ૭.૧	૪૧૬.૬૭
૨	૩૨	૩૨.૯૫૦ ૯૨.૯	૧૦૨૯.૬૮
કુલ	૩૮	૩૫.૪૫૦ ૧૦૦	૯૩૨.૮૯

નોધ : પશુપાલન, નોકરી અને કારીગર કુટુંબો દેવુ કરતાં નથી.

તારણ :

૧. ઉપરના કોષ્ટક પરી જણાય છે. કે કુલ કુટુંબમાં દેવાદાર કુટુંબમાં દેવાદાર કુટુંબોની સંખ્યા ૩૮ છે. અને દેવાદાર કુટુંબદીઠ સરેરાશ દેવું રૂ.૯૩૨.૮૯ નું છે.

૨. દેવાદાર કુટુંબની સૌથી વધુ સંખ્યા ખેત મજૂરી કરતાં કુટુંબોમાં અને બાકી ના દેવાદાર કુટુંબો ખેતીના વ્યવસાયમાં જોવા મળે છે.

૩. પશુપાલન, નોકરી અને કારીગરીનો વ્યવસાય ધરાવતા કુટુંબો દેવું કરતાં નથી જે તેમની આર્થિક સ્થિતી સારી હોવાનો નિર્દેશ કરે છે.

- **દેવાનો હેતુ**

દેવાદાર કુટુંબોનું પ્રમાણ જોઈ હવે ક્યા હેતુસર કરવામાં આવ્યુ છે. તેની વિગતો જોઈશું હેતુવાર દેવાની માહિતી નીચેના કોઠાનં ૬.૧૨ માં આપવામાં આવી છે.

કોષ્ટક નં. ૬.૧૨
દેવાનો હેતુ

ક્રમ	ઉત્પાદકીય	સામાજિક	કુલ
૧. ૨.	૦૩ (૨૦.૦) ૨૦ (૮૦.૦)	૦૩ (૨૦.૦) ૧૨ (૮૦.૦)	૦૬ (૧૫.૮) ૩૨ (૮૪.૦)
કુલ	૨૩ (૧૦૦)	૧૫ (૧૦૦)	૩૮ (૧૦૦)

તારણ :

૧. પસંદ કરેલ કુટુંબમાં ખેતી અને ખેત મજુરી સિવાય બીજા કુટુબોમાં દેવુ કરતા જોવા મળતા નથી.

૨. ખેત મજુરી કરતા કુટુબો આર્થિક અને સામાજિક એમ બંને હેતુ માટે વધુ દેવું કરતા જોવા મળે છે.

દેવાદાર કટુંબોની હેતુ હવે દેવું ક્યા સાધનમાંથી મેળવવામાં આવ્યું જુદા જુદા સાધનવાર દેવાની સ્થિત કેવા પ્રકારની છે. તેની માહિતી કોષ્ટક નં.૬.૧૩ માં રજુ કરેલ છે.

કોષ્ટક નં. ૬.૧૩
સાધનવાર દેવાદાર કુટુબોની સંખ્યા અને ટકા દર્શાવતુ કોષ્ટક

ક્રમ	વ્યાપારી બેંક	સંગા સંબધી	કુલ
૧.	૦૧ (૨૫.૦)	૦૫ (૧૪.૭)	૦૬ (૧૫.૮)
૨.	૦૩ (૭૫.૦)	૨૯ (૮૫.૩)	૩૨ (૮૪.૨)
કુલ	૦૪ (૧૦૦)	૩૪ (૧૦૦)	૩૮ (૧૦૦)

તારણ :

ઉપરોક્ત કોઠામાં રજુ કરેલ માહિતી ઉપરથી જણાય છે કે ધિરાણનો મોટો આધાર બેંક અને સગા સંધધી પર છે. સામાન્ય રીતે શાહુકાર વ્યાપારી પાસેથી ધિરાણ મેળવેલ રકમ ઉપર વ્યાજ વધુ હોય છે. પસંદ કરેલ કોલઘા કુટુંબોની આર્થિક અને સામાજિક સ્થિતી નબળી હોવાના કારણે ધિરાણ પરનું વ્યાજ ચુકવવું મુશ્કેલ હોવાથી શાહુકારો કે વેપારી પાસેથી ધિરાણ લેતા નથી.

૫. આદિમજૂથ વિકાસ યોજના દ્વારા મળેલ સહાય અંગેની વિગત

કોલઘા જાતિ વિકાસ માટેની યોજનાની શરૂઆત ૧૯૮૧ – ૮૨ થી થઈ આદિમજાતિ સમાજ તેના પ્રમાલિકાગત વ્યવસાયમાં આધુનિકરણ કરે ઉપરાંત પૂરક રોજી મેળવવા સમર્થ બને તે માટે ઉત્પાદનલક્ષી વિવિધ આર્થિક યોજનાનો લાભ આવા કુટુબોને આપવામાં આવે છે. જેનો લાભ લેતા કુટુબોની વિગત કોષ્ટક નં.૬.૧૪માં જોવા મળે છે.

કોષ્ટક નં. ૬.૧૪
આદિજૂથ વિકાસ યોજના હેઠળ મળેલ સહાય

કોષ્ટક નં. ૬.૧૪
આદિજૂથ વિકાસ યોજના હેઠળ મળેલ સહાય

ક્રમ	ઈન્દીરા આવાસ યોજના					ટ્રાઈબલ સબપ્લાન યોજના				
	કુટુંબમાં	ટકામાં	મેળવેલ સહાય	સહાય મળવવા થયેલ ખર્ચ	કુલ	કુટુંબમાં	ટકામાં	મેળવેલસહાય	સહાય મળવવા થયેલ ખર્ચ	કુલ
૧	૧૬	૧૦૦	૨૪૦૦૦	૮૦૦	૨૩૨૦૦	૯	૫૬.૩	૩૨૦૦૦	૭૦૦	૩૧૩૦૦
૨	૫૨	૫૪.૭	૭૮૦૦૦૦	૨૬૦૦	૭૭૭૪૦૦	૧૫	૧૫.૮	૧૦૦૦૦	૩૭૫	૯૬૨૫
૩	૨	૬૬.૭	૩૦૦૦૦	૧૦૦	૨૯૯૦૦	૨	૬૬.૭	૧૦૦૦	૨૦૦	૮૦૦
૪	૩	૧૦૦	૪૫૦૦૦	૧૫૦	૪૪૮૫૦	-	-	-	-	-
૫	૩	૧૦૦	૪૫૦૦૦	૧૫૦	૪૪૮૫૦	૧	૩૩.૩	૧૫૦૦	૯૦	૧૪૧૦
કુલ	૭૬	૬૩.૩	૯૨૪૦૦૦	૩૮૦૦	૯૨૦૨૦૦	૨૭	૨૨.૫	૪૪૫૦૦	૧૩૬૫	૪૩૧૩૫

તારણ :

૧. સરકાર દ્વારા અપવામાં આવતી યોજનાનો લાભ બધાજ કુટુંબોને મળેલ જોવા મળતો નથી મુલાકાત પરથી જાણવા મળ્યુ છે કે આ યોજનાનો લાભ સમાજના ઉપલા વર્ગો (ઢોડીયા, કુંકણા) એ લીધેલ જોવા મળે છે.

૨. પસંદ કરેલ કોલઘા કુટુબોમાં ઈન્દીરા આવાસ યોજનાનો લાભ ૬૩.૩ અને ટ્રાયબલ સબપ્લાન યોજનાનો લાભ ૨૨.૫ % કુટુબોએ લીધો છે.

- **શિક્ષણ અને આવક**

શૈક્ષણિક યોગ્યતા તથા આવક સર્જન વચ્ચે સામાન્ય રીતે ધન સંબધ જોવા મળે છે. તેમ છતાં ક્યારેક ઉત્પાદનના સાધનોની માલિકી ધરાવતા કુટુંબોમાં શિક્ષણનું પ્રમાણ ઓછું હોવા છતા આવક ઉંચી હોવાની શક્યાતાને નકારી શકાય જે કોઠા નં.૬.૧૫ માં પસંદ કરેલા નિર્ણય કર્તાનું શિક્ષણ તથા તેની કુટુબંની આવક વચ્ચેનો સંબધ તપાસે છે.

કોષ્ટક નં.૬.૧૫
આવક અને શિક્ષણ

આવક શિક્ષણ	૧૦૦૦ થી ૧૦૦૦૦	૧૦૦૦૧ થી ૨૦૦૦૦	૨૦૦૦૧ થી ૩૦૦૦૦	૩૦૦૦૧ થી ૪૦૦૦૦	૪૦૦૦૧ થી ૬૦૦૦૦	કુલ
નિરક્ષર	૨૨	૫૮	૦૮	૦૧	૦૧	૯૦
	૭૫.૯	૭૫.૩	૬૬.૭	૧૦૦	૧૦૦	૭૫.૦
પ્રાથમીક	૦૭	૧૩	૦૪	-	-	૨૪
	૨૪.૧	૧૬.૯	૩૩.૩		-	૨૦.૦
માધ્યમીક	-	૦૬	-	-		૦૬
		૭.૮				૫.૦
કુલ	૨૯	૭૭	૧૨	૦૧	૦૧	૧૨૦
	૧૦૦	૧૦૦	૧૦૦	૧૦૦	૧૦૦	૧૦૦

તારણ :

પસંદ કરેલ નિર્ણય કર્તામાં ૪૦ હજાર થી વધુ આવક ધરાવનાર નિર્ણયકર્તા પણ નિરીક્ષર જોવા મળે છે. આ નિર્ણયકર્તા ટક ઉપર મજુરી કરવા જાય છે. જેમાં ફેરાના ૨૫ રૂ. ના હિસાબે દિવસના ચાર ફેરા કરી ૧૦૦ રૂ. ની રોજગારી મેળવે છે.

- **આવક અને અસ્કયામત**

આવક અને સંપતિ વચ્ચે કાર્યકારણનો સંબધ ગણી શકાય સંપતિ આવક સર્જનમાં મહત્વની ભૂમિકા ભજવે છે. સામાન્ય રીતે ઉચી સંપતિ ધરાવનારની આવક પણ ઉચી જોવા મળે છે. પ્રસ્તુત કોઠામાં પસંદ કરેલ કુટુંબોમાં આવક તથા સંપતિનો સંબધ દર્શાવવામાં આવ્યો છે. જે નીચેના કોઠા નં. ૬.૧૬ પરથી જાણી શકાય છે.

કોષ્ટક નં. ૬.૧૬
આવક અને અસ્કયામત

અસ્કયામત આવક	૧૦૦૦ થી ૫૦૦૦૦	૫૦૦૦૧ થી ૧૦૦૦૦	૧૦૦૦૧ થી ૧૫૦૦૦૦	૧૫૦૦૦૧ થી ૨૦૦૦૦૦	કુલ
૧૦૦૦ થી ૧૦૦૦૦	૨૯ ૨૭.૬	-	-	-	૨૯ ૨૪.૨
૧૦૦૦૧ થી ૨૦૦૦૦	૬૮ ૬૪.૮	૦૭ ૭૭.૮	૦૨ ૪૦.૦	-	૭૭ ૬૪.૨
૨૦૦૦૧ થી ૩૦૦૦૦	૦૭ ૬.૭	૦૧ ૧૧.૧	૦૩ ૬૦.૦	૦૧ ૧૦૦	૧૨ ૧૦.૨

૩૦૦૦૧ થી ૪૦૦૦૦	-	૦૧ ૧૧.૧	-	-	૦૧ ૦.૮
૪૦૦૦૧ થી ૬૦૦૦૦	૦૧ ૦.૯	-	-	-	૦૧ ૦.૮
કુલ	૧૦૫ ૧૦૦	૦૯ ૧૦૦	૦૫ ૧૦૦	૦૧ ૧૦૦	૧૨૦ ૧૦૦

તારણ :

૧. પસંદ કરેલ કુટુંબોમાં એક કુટુંબ કે જે સૌથી વધુ આવક ધરાવે છે. તે છતા સૌથી ઓછી અસ્ક્યામ ધરાવે છે.

૨. પસંદ કરેલ કુટુંબોમાં સૌથી વધુ અસ્ક્યામત ૨૦ અને ૩૦ હજારની આવક ધરાવતા કુટુંબોમાં જોવા મળે છે.

- **વ્યવસાય અને આવક**

આવક અસર કરતાં પરિબળોમાંથી વ્યવસાયને મહત્વનું પરીબળ ગણી શકાય કૃષિ તથા તેને સંલગ્ન વ્યવસાયોમાં જોખમનું તત્વ વધારે છે. જ્યારે નોકરી જેવા વ્યવસાયમાં આવકની નિશ્ચિતતા જોવા મળે છે. પસંદ કરેલા કુટુંબોની વ્યવસાય તથા આવક અનુસારની પરિસ્થિતી નીચેના કોઠા નંબર ૬.૧૭ પરથી જાણી શકાય છે.

કોષ્ટક નં.૬.૧૭
વ્યવસાય અને આવક

આવક શિક્ષણ	૧૦૦૦ થી ૧૦૦૦૦	૧૦૦૦૧થી ૨૦૦૦૦	૨૦૦૦૧ થી ૩૦૦૦૦	૩૦૦૦૧થી ૪૦૦૦૦	૪૦૦૦૧ થી ૬૦૦૦૦	કુલ
ખેતી	૦૨	૦૯	૦૪	૦૧	-	૧૬
	૧૨.૫	૫૬.૩	૨૫.૦	૬.૨		(૧૦૦)
ખેતમજુરી	૨૪	૬૩	૦૭	-	૦૧	૯૫
	૨૫.૩	૬૬.૩	૭.૪		૧.૦	(૧૦૦)
પશુપાલન	-	૦૨	૦૧	-	-	૦૩
		૬૬.૭	૩૩.૩			(૧૦૦)
નોકરી	-	૦૩	-	-	-	૦૩
		(૧૦૦)				(૧૦૦)
કારીગર	૦૩	-	-	-	-	૦૩
	(૧૦૦)					(૧૦૦)
કુલ	૨૯ (૧૦૦)	૭૭ (૧૦૦)	૧૨ (૧૦૦)	૦૧ (૧૦૦)	૦૧ (૧૦૦)	૧૨૦ (૧૦૦)

તારણ :

૧. ખેતનો વ્યવસાય કરતા નિર્ણય કર્તાઓમાં ૧૦ થી ૨૦ હજારની આવક ધરાવનારાઓનું પ્રમાણ વિશેષ જોવા મળે છે. જ્યારે ૩૦ થી ૪૦ હજાર ની આવક ધરાવનારાનું પ્રમાણ સૌથી ઓછુ જોવા મળે છે. ૪૦ થી વધુ આવક ધરાવનારનું પ્રમાણ જોવા મળતુ નથી.

૨. ૪૦ તી વધુ આવક ધરાવનાર ખેત મજૂરના વ્યવસાય સિવાય બીજા વ્યવસાયમાં જોવા મળતુ નથી સર્વેક્ષણ પરથી જણાવવાનું મળ્યુ છે કે

આ નિર્ણય કર્તા બહારગામ ટ્રક પર મજુરી કરવા જાય છે. અને ત્યાં ફેરા પર ૨૫ રૂ.ના વેતન લઈ આખો દિવસમાં ૧૦૦ રૂ.ની કમાણી કરે છે.

૩. પશુપાલન કર્તા નિર્ણયકર્તામાં ૧૦ થી ૨૦ હજારની આવક ધરાવનારા નિર્ણયકર્તાનું પ્રમાણ વધુ છે. માત્ર એક કુટુંબ ૨૦ થી ૩૦ હજારની આવક પ્રાપ્ત કરે છે.

૪. નોકરી કર્તા નિર્ણયકર્તાઓની આવક પણ ૧૦ થી ૨૦ હજારની વચ્ચે જોવા મળે છે. જે બતાવે છે કે ઉચ્ચ કક્ષાની શિક્ષણની ગેરહાજરી ના કારણે ઉચા પગાર ધોરણ વાળી નોકરી મળવી શકતા નથી.

૫. કારીગર નિર્ણયકર્તાઓની આવક એક હજારથી ૧૦ હજારની વચ્ચે જોવા મળે છે.

- **આવક અને વપરાશ**

વપરાશએ આવકનું વિધેય છે જેમ આવકમાં વધારો થાય તેમ વપરાશી ખર્ચમાં પણ વધારો થાય છે. પસંદ કરેલ કુટુંબોમાં આવક વધવાથી સાથે ખર્ચમાં વધારો કરે છે કે નથી તે જાણવા આવક અને વપરાશ વચ્ચેનો સંબધ જાણવો આવશ્યક છે. જે નીચેના કોઠાનં ૬.૧૮ પરથી જાણી શકાય છે.

કોષ્ટક નં. ૬.૧૮

આવક અને વપરાશ

વપરાશ આવક	૧૦૦૦ થી ૧૦૦૦૦	૧૦૦૦૧થી ૨૦૦૦૦	૨૦૦૦૧ થી ૩૦૦૦૦	કુલ
૧૦૦૦ થી ૧૦૦૦૦	૨૧ ૪૮.૮	૦૮ ૧૦.૭	-	૨૯ ૨૪.૨
૧૦૦૦૧ થી ૨૦૦૦૦	૨૨ ૫૧.૨	૫૪ ૭૨.૦	૦૧ ૫૦.૦	૭૭ ૬૪.૨

૨૦૦૦૧થી ૩૦૦૦૦	-	૧૧ ૧૪.૭	૦૧ ૫૦.૦	૧૨ ૧૦.૦
૩૦૦૦૧ થી ૪૦૦૦૦	-	૦૧ ૧.૩	-	૦૧ ૦.૮
૪૦૦૦ થી ૬૦૦૦૦	-	૦૧ ૧.૩	-	૦૧ ૦.૮
કુલ	૪૩ ૧૦૦	૭૫ ૧૦૦	૦૨ ૧૦૦	૧૨૦ ૧૦૦

તારણ :

૧. પસંદ કરેલ કોલઘા જાતિના કુટુબોમં ૪૦ હજારથી વધુ આવક ધરાવતુ એક જે કુટુબ છે તેમનું વપરાશી ખર્ચ ૧૦ હજારથી વધુ અને ૨૦ હજારથી ઓછુ જોવા મળે છે.

૨. ૧૦ હજારથી વધુ અને ૩૦ હજારથી વધુ આવક ધરાવનારા કુટુબોમાં કે કુટુબોમાં બે કુટુંબો એવા કે જેમની આવક ઓછી હોવા છતાં વપરાશ પાછળ થતુ ખર્ચ વધુ જોવા મળે છે.

- **આવક અને દેવા**

નાણાં ધિરાણ લેવા પાછળ વિવિધ પરીબળો જવાબદાર છે જો કુટુબની આવક તેના ખર્ચ કરતાં ઓછી હોય તો કુટુંબને જીવન નિર્વાણ માટે દેવુ કરવું પડે છે. ઉપરાંત ઉત્પાદકીય તેમજ ઉત્પાદકીય હેતું માટે પણ ધીરાણ લેવાનું હોય છે. પસંદ કરેલા કુટુબોમાં આવક થતાં દેવા વચ્ચેનસ પરિસ્થિતિ કોષ્ટક થતાં દેવાં વચ્ચેની પરિસ્થિતિ કોષ્ટક નં ૬.૧૯ માં રજુ કરેલ છે.

કોષ્ટક નં ૬.૧૯
આવક અને દેવા

વપરાશ આવક	૫૦૦ થી ઓછું	૫૦૧ થી ૨૫૦૦	૨૫૦૧ થી ૪૦૦૦	કુલ
૧000 થી 10000	૨૬ ૨૫.0	0૩ ૨0.0	-	૨૯ ૨૪.૨
૧000૧ થી ૨0000	૬૬ ૬૩.૫	૧૧ ૭૩.૩	-	૭૭ ૬૪.૨
૨000૧થી ૩0000	૧0 ૯.૫	0૧ ૬.૭	0૧ ૧00	૧૨ ૧0.0
૩000૧ થી ૪0000	0૧ ૧.0	-	-	0૧ 0.૮
૪000 થી ૬0000	0૧ ૧.0	-	-	0૧ 0.૮
કુલ	૧0૪ (૧00)	૧૫ (૧00)	0૧ (૧00)	૧૨0 (૧00)

તારણ :

૧. પસંદ કરેલા કુટુંબોમાં ૫00 થી ઓછુ દેવું કરતા કુટુંબોની સંખ્યા વધુ જોવા મળે છે. ૨૫00 થી ૪000 નું દેવુ કરતા કુટુંબની સંખ્યા માત્ર એક છે.

૨. ૫00 થી ઓછુ દેવુ કરતાં કુટુંબોમાં ૧0 હજારીથી ૨0 હજારની આવક ધરાવતા કુટુંબોની સંખ્યા વધારે જોવા મળે છે.

૩. કુલ કુટુંબોમાં ૧0 હજારથી ૨0 હજારની આવક ધરાવતા કુટુંબો વધારે દેવુ કરતાં જોવા મળે છે.

પ્રકરણ – ૭
નિષ્કર્ષ અને સૂચનો

પ્રસ્તાવના

૧.   *નિષ્કર્ષ*

૨.   *સૂચન*

૭. નિષ્કર્ષ અને સૂચનો

પ્રસ્તાવના :

"કોલઘા આદિમ જાતિનું અર્થશાસ્ત્રી અધ્યયન " વિષય પર વલસાડ જિલ્લાના ચીખલી અને ધરમપુર તાલુકાના ચાર ગામો પસંદ કરી આ અભ્યાસ હાથ ધરવામાં આવ્યો. અભ્યાસને સાંત પ્રકરણમાં વિભાજીત કરવામાં આવ્યા છે. પ્રસ્તાવના, કોલઘા જાતિનો પરિચય , સમસ્યા કથન, વિષય પસંદગી, અભ્યાસના ઉદ્દેશો, ગામ અને કુંટુબની પસંદગી, માહિતીમાં સ્ત્રોત, પ્રકરણ ૧ માં રજૂ કરેલ છે. પ્રકરણ ૨ માં કોલઘા જાતિનો ઈતિહાસ, જિલ્લા, તાલુકા અને ગામનો પરિચય રજૂ કરેલ છે.

પ્રકરણ – ૩ , ૪ , ૫ અને ૬ માં પ્રાણમિક માહિતીનું વિશ્લેષણ રજુ કરાયું છે. પ્રસ્તૃત પ્રકરણ ૭ માં વિશ્લેષણ આધારીત નિષ્કર્ષો રજુ કર્યો છે.

ઉદ્દેશો :

૧. કોલઘા જાતિનો ઈતિહાસ જણાવો.

૨. કોલઘા આદિમ જાતના વસ્તી વિષયક લાક્ષણિકતા અને ફેરફારો સમજવા

૩. કોલધા કુટુંબોને અસ્ક્યામતો નો વિશ્લેષણ કરવું

૪. વ્યવસાય – રોજગાર – આવક વચ્ચેના સંબંધો સમજવા.

૫. વપરાશી તરાહનું પૃથ્થકરણ કરવું.

૬. કોલઘાના વિકાસ માટેની સરકારી યોજનાઓથી મળેલ લાભનું વિશ્લેષણ કરવું .

અભ્યાસના ઉદ્દેશોને ધ્યાનમાં લઈ અભ્યાસ ક્ષેત્રના ૧૨૦ કુંટુબોની રૂબરૂ મુલાકાત તથા પ્રશ્નાવલીના આધારે કરેલા વિશ્લેષણ પરથી તારવેલા નિષ્કર્ષો નીચે પ્રમાણે છે.

♣ **વસ્તી વૃધ્ધિ**

૧૯૮૧ – ૯૧ ની વસ્તી ગણતરી પ્રમાણે કોલઘા જાતિની વસ્તી ધરાવતા ચાર ગામોની વસ્તી વૃધ્ધિદર અગાસી ૬.૫ ટકા, રૂમલા, ૫.૧ ટકા

બિલપૂડી ૭.૦ ટકા અને આસુરાનો ૭.૧ ટકાનો હતો. સભ્યની દશકાની વસ્તી વૃધ્ધિદરની સરખામણીએ અભ્યાસ કરતા ચાર ગામોનો વૃધ્ધિદર ઘણો નીચો રહ્યો છે.

♣ **સ્ત્રી – પુરૂષ પ્રમાણ**

૧૯૯૧ ના સેન્સસ પ્રમાણે નીચેના ચારે ગામોમાં સ્ત્રી ગામોમાં સ્ત્રી પુરુષ પ્રમાણ વચ્ચે મોટો તફાવત જોવા મળ્યો છે. અગાસી અને બિલપૂડીમાં દર ૧૦૦૦ પુરૂષોએ સ્ત્રીઓનું પ્રમાણ અનુક્રમે ૧૦૨૭ અને ૧૦૮૯ નું છે. જ્યારે રૂમલા અને આસુરામાં આ પ્રમાણ અનુક્રમે ૯૦૮ અને ૮૧૪ નું છે.

♣ **અભ્યાસ ક્ષેત્રમાં શિક્ષિત વસ્તી**

અભ્યાસ ક્ષેત્રમાં સ્ત્રી જાગૃતી તેમજ રૂઢિચુસ્ત વલણ દૂર થવાથી પુરુષોના શિક્ષણના વધારાના દર કરતા વર્તમાન સમયમાં સ્ત્રીઓના શિક્ષણના દરમાં વધારો જોવા મળે છે.

♣ **કામ કરતી વસ્તી**

અભ્યાસ ક્ષેત્રે પસંદ કરેલ ગામોમાં પ્રાથમિક ક્ષેત્રમાં કામ કરતી વસ્તીનું પ્રમાણ સવિશેષ રહ્યું છે. જ્યારે દ્વિતિયક્ષેત્રમાં તેનું પ્રમાણ નહિવત રહ્યું છે.

♣ **ગામનું વિકાસ માળખું**

અભ્યાસ ક્ષેત્રમાં શિક્ષણ ક્ષેત્રે જાગૃતિ આવવાથી શૈક્ષણિક સંસ્થાઓની સગવડ દ્વારા પ્રાથમિક શિક્ષણની સગવડ પ્રાપ્ત થઈ છે. સહકારી મંડળી તેમજ દૂધ ઉત્પાદક મંડળીના વિકાસથી કૃષિ તથા તેના પૂરક (પશુપાલન) વ્યવસાય નો વિકાસ થયો છે. આવકના સ્ત્રોત પણ વધ્યા છે.

♣ **કુંટુંબનુ કદ**

અભ્યાસ ક્ષેત્રનું સરેરાશ કુંટુંબનું કદ ૪.૧ છે. નીચી આવકના કારણ તથા જાત મહેનત દ્વારાજ રોજગારી મેળવતા હોવાથી આ વિસ્તારના સરેરાશ કુટુંબના કદ કરતા કોલઘા કુંટુંબનું કદ નાનુ છે.

♣ **કુંટુંબના સભ્યોનું વય જુથ**

અભ્યાસ ક્ષેત્રમાં બિન – ઉત્પાદકિય વસ્તીનું પ્રમાણ ઓછુ છે. આર્થિક વિકાસની પ્રક્રિયામાં મહત્વનો ફાળો આપી શકે તેવી વય જુથના સભ્યોનું પ્રમાણ વધારે છે. જે કોલઘા કુટુંબોનું જીવન ધોરણ સુધારવામાં મહત્વનો ફાળો આપી શકે છે.

♣ **કોલઘામાં શિક્ષણ**

અભ્યાસ ક્ષેત્રમાં પુરુષોની સરખામણીમાં સ્ત્રીઓમાં નિરક્ષરતાનું પ્રમાણ વધારે છે. પસંદ કરેલા કુંટુંબોમાં પુરુષ શિક્ષિણ વસ્તી ૪૮.૯ ટકા છે. અને સ્ત્રી શિક્ષિત વસ્તી ૪૧.૫ ટકા છે. કોલઘા કુંટુબોની આર્થિક સ્થિતી નબળી હોવાના કારણે પ્રાથમિક, શિક્ષણ પુરૂ કર્યા બાદ મોટા ભાગની વસ્તી આર્થિક ઉપાર્જનની પ્રક્રિયામાં જોડાય છે.

♣ **કોલઘા કુટુંબના સભ્યોનો મુખ્ય વ્યવસાય**

કોલઘા કુંટુંબમાં ખેતમજુરી પાછળ રોકાયેલ સ્ત્રી – પુરૂષોનું પ્રમાણ વધારે છે. કોલઘાની આર્થિક સ્થિતિ નબળી હોવાના કારણે બિન કૃષિક્ષેત્ર તરફનું વલણ જોવા મળતુ નથી. કુલ કામ કરતી વસ્તીના સંદર્ભમાં ૧૭.૩ ટકા પુરુષો અને ૬૭. ૪ ટકા સ્ત્રીઓ ખેતી કે ખેતમજુરીના સંકળાયેલા છે.

♣ **કોલઘા કુંટુંબોનો ગૌણ વ્યવસાય**

પસંદ કરેલ કોલઘા મુખ્ય વ્યવસાયની સાથે ગૌણ વ્યવસાય પણ હોય જેમાં પશુપાલન, ખેતમજુરી અને અન્ય ધંધાનો સમાવેશ થાય છે.

♣ **આર્થિક પ્રવૃત્તિ રોકાયેલ વસ્તી**

♣ **અસ્ક્યામત**

જમીન : પસંદ કરેલ કોલઘા કુટુંબોમાં ૧૬ કુંટુબો જમીન ધરાવે છે.

♣ **મકાન**

કોલઘા જાતિના વ્યવસાય અનુસાર પસંદ કરેલ કોલઘા કુટુંબો માટે મકાન એ અગત્યની અસ્ક્યામત છે.

♣ **પશુ સંપતિ**

કોલઘા જાતિનાં કુટુંબો મુખ્ય વ્યવસાયની સાથે પશુપાલન પણ કરતા હોય છે. જેના બળદ, ગાય, બકરી નો સમાવેશ થાય છે. ખેતી કરતા બધાજ કુટુંબો બળદ રાખે છે. કુટુબો ગાયને બદલે બળદ રાખવાનું વધુ પસંદ કરે છે. બકરી આર્થિક રીતે પોષાય તેમ હોવાથી ખેતમજૂર કુટુંબમાં તેની સંખ્યા વધારે છે.

♣ **કુલ અસ્ક્યામત અને કુટુંબ દીઠ અસ્ક્યામત :-**

કોલઘા જોતિના કુટુંબની અસ્ક્યામતમાં જમીન, મકાન, પશુધન, બચત ઉત્પાદનના સાધનો ઘરવખરીનો સમાવેશ થાય છે. કુલ સંપતિના ૭૩.૩ ટકા જમીન સંપતિ છે. ૪૫.૫ ટકા મકાનની સંપતિ ધરાવે છે. જમીન ધરાવતાં ખેડુત કુટુબોની અસ્ક્યામતનું પ્રમાણ અન્ય કુટુબોની સરખામણીએ વધારે છે.

♣ **વિવિધ પાકોમાંથી મળતી આવક**

ડાંગરના પાકોનું ઉત્પાદન વધારે છે. નાગલી અને વરઈ જેવા આદિવાસી લોકોના મુખ્ય ખોરાકમાં પરિવર્તન આવ્યુ છે. રોકડીયા પાકો કરતાં નથી.

♣ **વિવિધ પાકો પાછળ થતો ખર્ચ**

વિવિધ પાકો પાછળ થતો કુલ ખર્ચ ૩૪૫૦૮ રૂા. છે. સૌથી વધુ ખર્ચ રાસાયણિક ખાતર પાછળ થાય છે. સુધારેલ બિયારણ વાપરતાં નથી. કુલ ખેતી ખર્ચમાં રાસાયણિક ખાતરનું ખર્ચ છે.

♣ **વિવિધ પાકોની ઉત્પાદકતા**

કોલઘા કુંટુંબો જે પાકોની ખેતી કરે છે. તે પાકોની હેક્ટરદીઠ ઉપજ સભ્યની સરખામણીએ વધારે છે.

♣ **વિવિધ પાકોમાં આવક ખર્ચ વિશ્લેષણ**

પસંદ કરેલ કોલઘા જાતિના ખેડુત કુટુંબો એક રૂપિયાની આવકે ડાંગરમાં ૦.૨૦ જુવારના રૂપિયા કઠોળમાં ૦.૯૬ રૂપિયા અને અન્ય માં ૦.૯૬ રૂપિયા ખર્ચ છે. મુખ્ય પાક તરીકે ડાંગર મહત્વ આપતાં ડાંગર પાછળ થતું ખર્ચ વધારે છે.

♣ **દૂધાળા પશુઓમાંથી મળતી આવક**

અભ્યાસ ક્ષેત્રમાં દૂધાળા પશુ તરીકે ગાયનો ઉછેર કરે છે. પશુપાલનનો વ્યવસાય કરતાં કુટંબો સંકર ગાયો પણ રાખે છે. પશુપાલન વ્યવસાયમાં કુટુંબદીઠ ચોખ્ખી આવક ૪૩૫૬ છે.

♣ **દૂધાળા પશુ પાછળ થતો ખર્ચ**

અભ્યાસક્ષેત્રે કોલઘા કુટુંબમાં બધાજ કુટુંબો જમીન ધરાવતા નથી, જેથી પશુપાલન પાછળ થતા ખર્ચ કે ઘાસચારા ખર્ચ ખાણદાણ ખર્ચ વગેરે બજારમાંથી લાવું પડતું હોય છે. જેથી બજાર ખર્ચ (પર૩૬ર) વધારે છે.

♣ **બિન દૂધાળા પશુમાંથી મળતી આવક**

અભ્યાસક્ષેત્રે બિન દૂધાળા પશુમાં બળદ અને બકરીનો સમાવેશ કરેલ છે. બકરીના દૂધ ઉત્પાદનની આવક મળતી નથી. જેથી તેનું વેચાણ કરી આવક મેળવવામાં આવે છે. બળદનો ઉછેર ખેડુત કુટુંબો પોતાની ખેતીકામ ઉપરાંત ભાડે, ઘરમાં ભાડે, ઘરમાં, પાકમાં, ગાડામાં , ઉપયોગમાં લેવા કરે છે. અને સારી એવી આવક પ્રાપ્ત કરે છે.

♣ **બિન દૂધાળા પશુ પાછળ થતો ખર્ચ**

અભ્યાસક્ષેત્રે જમીન ધરાવતાં ખેડુત કુટુંબ સિવાય બીજા કુટુબો બળદનો ઉછેર કરતાં નથી. જેથી બળદ પાછળ થતો ઘાસચારા ખર્ચ ખેતીમાંથી જ મેળવે છે. જે ખેડુતો ઓછી જમીન ધરાવે છે. તેઓ સામુદાયિક સાધનોમાંથી ઘાસચારો મેળવે છે. બિન દૂધાળા પશુ પાછળના કુલ ખર્ચના રોકડ ખર્ચ ૪૫૪૭૫ રૂા. છે.

♣ **દૂધાળા પશુઓનું આવક ખર્ચ વિશ્લેષણ**

અભ્યાસક્ષેત્રે પસંદ કરેલ કોલઘા કુટુંબમાં ખેડુત કુટુંબ ૧ રૂપિયાની આવક મેળવવા ૦.૬૫ રૂપિયા, ખેતમજુર કુટુંબ ૦.૭૮ રૂપિયા અને પશુપાલન કુટુંબ ૦.૫૪ રૂપિયાનો ખર્ચ કરે છે. નોકરી અને કારીગર કુટુંબો દૂધાળા પશુઓનો ઉછેર કરતા જોવા મળતા નથી .

♣ **બિન દૂધાળા પશુઓનું આવક - ખર્ચ વિશ્લેષણ**

પસંદ કરેલ કુટુંબમાં ખેડુત કુટુંબ ૧ રૂપિયાની આવક પાછળ ૦.૫૬ રૂપિયા, ખેતમજૂર કુટુંબ ૦.૨૦ રૂપિયા અને પશુપાલન કુટુબો ૦.૩૩ રૂપિયા ખર્ચ છે. પશુપાલક અને નોકરી કરતાં કુટુંબો બિન દૂધાળા પશુઓ ઉછેર કરતા નથી.

♣ **ખેતમજુરી પાછળ રોકાયેલા વસ્તી**

અભ્યાસક્ષેત્રે પસંદ કરેલ કોલઘા કુટુંબોનો મુખ્ય વ્યવસાય ખેતમજુરી છે. કુલ પુરૂષ વસ્તીમાં ખેતમજૂરી પાછળ રોકાયેલ વસ્તી ૭૬.૪ ટકા છે. એની સરખામણીમાં કુલ સ્ત્રી વસ્તીમાં ખેતમજૂરી પાછળ રોકાયેલ વસ્તી ૭૪.૪ ટકા છે.

♣ **ખેતમજુરીના વ્યવસાયમાંથી મળતી આવક**

ખેતમજુરી કરતા કુટુંબો પાસે રોજગારીના બિજા કોઈ વિકલ્પો ન હોવાથી ખેતમજુરી પાછળ રોકાયેલ વસ્તી, વ્યક્તિદીઠ આવક અને દૈનિક આવક વધારે છે.

♣ **વિવિધ ક્ષેત્રોમાંથી પ્રાપ્ત થતી આવક**

પસંદ કરેલ કુટુંબોમાં કુલ આવકમાંથી સૌથી વધારે આવક ખેતમજૂરીમાંથી મેળવે છે. જ્યારે દ્વિતિય ક્રમે ખેતીમાંથી મેળવે છે. નોકરી કરતા કુટુંબોની માથાદીઠ આવક વધુ જોવા મળે છે.

♣ **વપરાશી ખર્ચ**

પસંદ કરેલા કુટુંબોનું કુલ વપરાશી ખર્ચ ૧૩૭૧૦૬૨ રૂપિયા છે. માથાદીઠ દૈનિક વપરાશ ૭ રૂપિયા ૬૦ પૈસાનો કરે છે. નોકરીયાત કુટુંબોની આવકમાં નિશ્ચિતતા રહેલી હોવાના કારણે માથાદીઠ વાર્ષિક વપરાશ ૩૩૫૬ રૂપિયા અને માથાદીઠ દૈનિક વપરાશ ૯ રૂપિયા ૧૯ પૈસાનું છે.

♣ **દેવું**

પસંદ કરેલ કુટુંબોમાં કુલ આવક કરતાં કુલ ખર્ચ વધી ખર્ચ વધી જાય છે. તેને દેવું કહેવામાં આવે છે. બધાજ કુટુંબો દેવું કરતાં નથી ૩૮ કુટુંબો દેવુ કરે છે. આ દેવું બેંક અને સગા સબંધી પાસેથી કરે છે. કુટુંબદીઠ રૂપિયા ૯૩૨.૮૯ છે.

♣ **આદિમ જૂથ વિકાસ યોજના**

અભ્યાસ ક્ષેત્રમાં ઈન્દીરા આવાસ યોજના અને ટ્રાયબલ સબપ્લાન યોજનાનો સમાવેશ થાય છે. ટ્રાઈબલ સબપ્લાન યોજનાનો લાભ ૨૭ કુટુંબોને અને ઈન્દીરા આવાસ યોજનાનો લાભ ૭૬ કુટુંબોને મળેલ છે. સરકાર દ્વારા મળેલ લાભથી તેનો આર્થિક અને સામાજિક જીવનમાં પરિવર્તન આવ્યું છે.

સૂચન :

કોલઘા કુંટુબોમાં ખેડુત સિવાયના બીજા વ્યવસાય કરતાં કુટુંબો જમીન ધારણ કરેલ જોવા મળતા નથી . ખેડુત કુટુબોમાં પણ જમીન ૨ એકરથી વધારે જોવા મળતી નથી આવા નાના જમીન ધરાવતા ખેડુત કુટુંબોને સહકારી ખેતી માટે પ્રોત્સાહિત કરી શકાય તો ખેતીની ઉત્પાદકતામાં વધારે થાય છે. અને તેમની આર્થિક સ્થિતિમાં સુધારો થઈ શકે.

સંદર્ભ સૂચિ

૧. સ્પેશીયલ ટેબલ્સ ફોર શિડયુલ્ડટ્રાઈબ, ઈડરેક્ટર ઓફ સેન્સસ ઓપરેશન ગુજરાત – ૧૯૮૧

૨. આદિવાસી ગુજરાત, આદિવાસી સંશોધન અને તાલીમ કેન્દ્ર, ગુજરાત વિદ્યાપીઠ અમદાવાદ – વર્ષ ૧૯૯૫

૩. વલસાડ જિલ્લાની આકડાકીય રૂપરેખા, વર્ષ ૧૯૯૩ – ૯૪

૪. આદિવાસીઓની પલટાતી આર્થિક સ્થિતિનો અભ્યાસ, ડો.મુસ્તાઅલી મસવી, ગુજરાત વિધાપીઠ, અમદાવાદ ,વર્ષ માર્ચ ૧૯૯૧

૫. આદિમજૂથની વસતિ દર્શાવતું પત્રક , વાંસદા પ્રયોજના, વર્ષ ૧૯૯૪ – ૯૫

૬. ગ્રામ પત્રક નમૂનો ૮ – અ ,પસંદ કરેલા ગામોની ગામ પંચાયતો.

પરિશિષ્ટ

અનુસૂચિ

મહાદેવ દેસાઈ સમાજસેવા મહાવિદ્યાલય
ગૂજરાત વિદ્યાપીઠ અમદાવાદ – ૩૮૦૦૧૪
ગ્રામ અર્થશાત્ર વિભાગ
અનુપારંગત ૧૯૯૭–૯૮

વિષય :- કોલઘા આદિમજાતિ - અર્થશાસ્ત્રીય અધ્યયન

માર્ગદર્શક :- અધ્યક્ષશ્રી કનૈયાલાલ નાયક નિબંધ કર્તા :- નરેશ કુમાર સી. પટેલ

૧.૧ ઉતરદાતાનું નામ :-

૧.૨ ગામ :- તાલુકો :- જિલ્લો :-

૧.૩ અટક (કુળ):-

૧.૪ ઉંમર :-

૧.૫ વ્યવસાય :-

(૨) કૌટુંબિક માહિતી :-

ક્રમ	કુટુંબના સભ્યનું નામ	જાતિ	ઉંમર	કુટુંબના વડા સાથે સંબધ	શિક્ષણ	વ્યવસાય મુખ્ય / ગૌણ
૧.						
૨.						
૩.						
૪.						
૫.						
૬.						
૭.						
૮.						
૯.						

૩.૧ અસ્કયામત :-

ક્રમ	અસ્કયામત	વિસ્તાર	અંદાજિત મૂલ્ય
૧.	જમીન		
	પિયત		
	બિન પિયત		
૨.	મકાન		
	૧. કાચું		
	૨. પાકું		
	૩. છાપરું		

૩.	પશુધન		
૪.	બચત : ઘરેણા, બેંક, શેરો		
૫.	ઉત્પાદનના સાધનો		
૬.	અન્ય		
	કુલ		

૩.૨ રહેઠાણ :

• રહેઠાણ માલિકીનું હોય તો –

    ૧. ગામમાં કે ગામ બહાર

    ૨. વિસ્તાર :-   લંબાઈ

                        પહોળાઈ

                        ઉંચાઈ

    ૩. છાપરાના પ્રકાર :-

        ઘાસનું / દેશી નળીયા / વિલાયતી નળીયા / લોખંડ કે સિમેન્ટના પતરા

    ૪. દિવાલનો પ્રકાર :-

        ઘાંસ કે લાકડાની / માટીની/ ઈંટ માટી/ ઈંટ સિમેન્ટ / ઈંટ સાથે પ્લાસ્ટર

અસ્યામત (પશુઓ)

૩.૩.૧   દૂધાળા પશુઓ :-

ક્રમ	પશુઓના નામ	સંખ્યા	કિંમત રૂપિયામાં
૧.	ગાય		
	શંકર		
	દેશી		
૨.	ભેંસ		
૩.	બકરી		
૪.	અન્ય		
	કુલ		

૩.૩.૨   *બિન દૂધાળા પશુઓ :-*

ક્રમ	પશુઓના નામ	સંખ્યા	કિંમત રૂપિયામાં
૧.	બળદ		
૨.	પાડા		
૩.	અન્ય		
૪.	કુલ		
કુલ			

(૪)   *વ્યવસાય અંગેની વિગત*

૪.૧   *જમીન અંગેની વિગત*

ક્રમ	જમીન	વિસ્તાર
૧.	ધારણ કરેલ જમીન	
૨.	ભાડે/સાથે લીધેલ જમીન	
૩.	ભાડે/સાથે આપેલ જમીન	
૪.	ગીરો રાખેલ/આપેલ જમીન	
૫.	વાવેતર હેઠળની કુલ ચો. જમીન	
૬.	ખેતરોની સંખ્યા	
૭.	ખેડાણ હેઠળ ન હોય એવી જમીન	

૪.૨   *કૃષિક્ષેત્ર અંગેની માહિતી :*

ક્રમ	પાકની વિગત	ઉત્પાદન (કિ.ગ્રા)	મૂલ્ય (રૂા.માં)
૧.	ધાન્ય વર્ગના પાકો		
	૧.		
	૨.		
	૩.		
૨.	કઠોળ વર્ગના પાકો		
	૧.		
	૨.		
	૩.		
૩.	રોકડીયા પાકો		
	૧.		
	૨.		
	૩.		
૪.	અન્ય		
	૧.		
	૨.		
	૩.		

૪.૩   કૃષિક્ષેત્રે થતા ખર્ચ અંગેની વિગત

પાકની વિગત	બિયારણ					ખાતર		જમીન મહેસુલ	જંતુ નાશક દવા		સિંચાઈ	કુલ ખર્ચ		
	દેશી			સુધારેલું										
	પોતાનું	રોકડ	ભાડે	પોતાનું	રોકડ	છા.	રા.		દેશી	આધુ		પો.	બી.	સામુ.
ધાન્ય વર્ગના પાકો														
૧.														
૨.														
૩.														
કઠોળ વર્ગના પાકો														
૧.														
૨.														
૩.														
રોકડીયા પાકો														
૧.														
૨.														
૩.														

(૫)   પશુપાલન અંગેની વિગત

૫.૧   દૂધાળા પશુઓ માંથી પ્રાપ્ત થતી આવકની માહિતી :

પશુઓના નામ	પશુની સંખ્યા	ઉત્પાદન લીટરમાં	કિંમત	ઘર વપરાશ	આવક રૂપિયામાં	વેચાણ	કુલ આવક
ગાય							
ભેંસ							
બકરી							
અન્ય							
કુલ							

નોધઃ- વેચાણ અંગેની માહિતી

૧.   વેચાણ ક્યા કરે છે.

૧.૧   છૂટક બજારમાં લિટર કિંમત રૂપિયામાં

૧.૨   પોતાના ગામમાં કે બીજાના ગામમાં

લિટર :-   કિંમત રૂપિયામાં :-

૧.૩ સરકારી કે ખાનગી દૂધ મંડળીમાં

લિટર :- કિંમત રૂપિયામાં :-

૫.૨ બિન દૂધાળા પશુઓથી પ્રાપ્ત થતી આવક :-

પશુઓના નામ	પશુની સંખ્યા	ભાડે હળમાં	ગામડામાં પાકમાં	ઘર ઉપયોગ	વેચાણ	કુલ આવક

૫.૩ પશુપાલન પાછળ થતાં ખર્ચ અંગેની વિગત (રૂપિયામાં):-

પશુઓ ની વિગત	પશુની સંખ્યા	ખાણ દાણ ખર્ચ	ઘાસચારા ખર્ચ			પશુ ચિકિત્સા વૈદ્ય આધુનિક	કુલ ખર્ચ			કુલ
			પોતાનું	બીજાનું	સામુદાયિક		પોતાનું	બીજાનું	સામુ દાયિક	

(૬) વપરાશી ખર્ચ અંગેની વિગત (રૂપિયામાં) :

ખર્ચના પ્રકાર	પોતાનું	બજાર	સામુદાયિક	કુલ
૧. ખાર્ધ પદાર્થો				
અનાજ				
૧.				
૨.				
૩.				
કઠોળ				
૧.				
૨.				
૩.				
શાકભાજી				

૧. ૨. ૩. દુધ / ઘી અન્ય ૨. વસ્ત્ર / પગરખાં ૩. આરોગ્ય પરંપરાગત અલોપેથિક ૪.શિક્ષણ ૫.બળતણ ૧.લાકડા ૨.છાણા ૩.ગેસ ૪.કોરોસીન ૫.વિજળી ૬. અન્ય ૭. કુલ				

(૬) દેવા વિષયક માહિતી

૧. તમારે દેવું છે. હા / ના. 'હા' નો ક્યારે લીધું ?

૨. જો 'હા' તો કોની પાસે થી લીધું

ક્રમ	દેવું કોની પાસેથી	લીધેલ રકમ	વ્યાજનો દર	હેતુ	કેટલા સમય માટે
૧.	સહકારી મંડળી				
૨.	શાહુકાર				
૩.	વેપારી				
૪.	બેંક				
૫.	અન્ય				
કુલ					

(૮) કારીગર અંગેની વિગત

ક્રમ	નિર્ણય	પોતાનું	બજાર	સામુદાયિક	કુલ
૧. ૨. ૩. ૪. ૫.					
કુલ					

(૯) રોજગારી અંગેની માહિતી :

વ્યક્તિઓના નામ	દૈનિક વેતન	રોજગારીનાં દિવસો			દૈનિક વેતન	કુલ આવક		
		પોતાનું	ભાડે	સામુ.		પોતાનું	ભાડે	સામુ.

નોંધ :- ઉપરોક્ત કોઠામાં ખેત મજૂરી, છૂટક મજુરીનો સમાવેશ કરવામાં આવે છે.

૯.૧ મજૂરી અંગેની માહિતી :

૧. મજુરી માટે બહાર ગામ જાવો છે. ? હા / ના
જો 'હા' તો બહાર ગામ ક્યાં ?
કેટલો સમય :
બહાર ગામ કેટલી મજૂરી મળે છે ?
મજૂરી માટે એકલા જાવો છો કે કુંટુંબ સાથે.

૧૦. કુટુંબની કુલ આવક અંગેની વિગત

(જુદા જુદા વ્યવસાયમાં કામ કરતાં સભ્યોની સંખ્યા, કામ કરેલ દિવસો, કુલ ઉત્પાદન ખર્ચ અને ચોખ્ખી આવક)

વ્યવસાયનું નામ	ધંધામાં રોકાયેલા વ્યક્તિની સંખ્યા			કુલ આવક	કુલ ખર્ચ	મળતી ચોખ્ખી આવક
	પુરુષ	સ્ત્રી	બાળકો			
૧. ૨. ૩. ૪. ૫.						
કુલ						

(૧૧) આદિમ જુથ વિકાસ યોજના કઈ યોજનાનો લાભ લીધો છે તે અંગેની વિગત :-

ક્રમ	ક્યા વર્ષમાં	યોજનાનું નામ	મળેલ વસ્તુ	મળેલ સહાય (રૂ.માં)	સહાય મેળવવા પાછળ થયેલ ખર્ચ	કુલ

(૧૨) અન્ય માહિતી :-

૧. અન્ય સરકારી યોજના વિશે તમે શું જાણો છો તેનો લાભ તમે લીધો છે. ? હા / ના

૨. જો 'હા' હોય તો પૂરેપૂરી સહાયની રકમ મળી છે ખરી ?

૩. યોજનાનો લાભ લેવા માટે નાણાં ચૂકવવા પડયા હતા. ?

૪. યોજનાના પરિણામે તમારી અસ્કયામતમાં વૃધ્ધિ થઈ છે ખરી ? હા / ના

૫. તેમને બીજો ધંધો કરવાની ઈચ્છા ખરી ? હા / ના

૬. જો હા તો શા માટે ?

૭. જો ના તો શા માટે ?

૮. તમારા વિકાસ માટે શુ કરવાની જરૂરીયાત છે.

૯. તમારા ગામના અન્ય આદિવાસી આજાતિ સાથે કેવો સબંધ છે તેમની સાથે રોટી વ્યવહાર છે.

૧૦. તમારા ગામની અન્ય આદિવાસી જાતિ સાથે કેવો સંબંધ છે તેમની સાથે રોટી વ્યવહાર છે. ?

૧૧. બિમાર પડો ત્યારે દવાખાને જાવો છો ? હા / ના તો શા માટે ?

૧૨. પીવાનું પાણી ક્યાથી લાવો છો ?

ગામના કુવેથી / સરકરી પંપ / અન્ય રીતે

www.ingramcontent.com/pod-product-compliance
Lightning Source LLC
Chambersburg PA
CBHW021545290526
45785CB00004BA/1527
9781304666642